टूल अँड डाय मेकर TDM प्रथम वर्ष मराठी MCQ

मनोज डोळे

डिजिटायझेशन ही काळाची गरज आहे. भविष्यात, प्रशिक्षण अधिक सोयीस्कर आणि सोपे करण्यासाठी औद्योगिक प्रशिक्षण संस्थांमध्ये ऑनलाइन इंटरनेट वापरून प्रशिक्षण घेणे आवश्यक आहे. MCQ प्रश्नांचा संच असलेली ई-पुस्तके प्रशिक्षणार्थींना उपलब्ध करून दिली जातील कारण त्यांना त्यांच्या औद्योगिक प्रशिक्षण संस्थांमध्ये होणाऱ्या ऑनलाइन परीक्षांच्या तयारीसाठी MCQ प्रश्नांची अधिक सवय होणे आवश्यक आहे.

या सर्व बाबी लक्षात घेऊन श्री.मनोज मधुकर डोळे प्रशिक्षक, औद्योगिक प्रशिक्षण संस्था, सातारा यांनी नवीन वार्षिक प्रणाली आणि NSQF-5 अभ्यासक्रमानुसार पुस्तके लिहिली आहेत. आणि त्यांनी प्रशिक्षण सुलभ करण्यासाठी सैद्धांतिक मोबाइल ॲप्स आणि ब्लॉग तयार केले आहेत आणि हे सर्व शैक्षणिक साहित्य जगप्रसिद्ध Google Play Store, Amazon आणि Apple Book Store वर डाउनलोड करण्यासाठी उपलब्ध केले आहे.

पुस्तकांचे प्रकाशन माननीय सहसंचालक श्री राजेंद्र घुमे साहेब प्रादेशिक व्यावसायिक शिक्षण व प्रशिक्षण कार्यालय, पुणे यांच्या हस्ते दिनांक 9/1/2019 रोजी करण्यात आले, यावेळी श्री प्रकाश सायगावकर साहेब प्राचार्य शासकीय औद्योगिक प्रशिक्षण संस्था औंध पुणे, श्री तुकाराम मिसाळ साहेब प्राचार्य डॉ. सरकार प्र.संस्था सातारा, श्री सचिन धुमाळ साहेब जिल्हा व्यवसाय शिक्षण व प्रशिक्षण अधिकारी सातारा, श्री यतीन पारगावकर साहेब मुख्याध्यापक गो. प्र.संस्था कोल्हापूर, श्री विकास टेके साहेब निरीक्षक व्यावसायिक शिक्षण व प्रशिक्षण क्षेत्रीय कार्यालय पुणे, पालेकर फूड्स प्रॉडक्ट्स प्रा. लि.चे सातारा येथील उद्योजक अध्यक्ष श्री.नीळकंठराव पालेकर साहेब, हिरा फूड्स चे चेअरमन श्री.इब्राहिम बाबा तांबोळी साहेब, सौ.शाल्मली पवार मुख्याध्यापिका शासकीय तंत्रनिकेतन केंद्र सातारा व इतर मान्यवर यावेळी उपस्थित होते.

अनुक्रमणिका

प्रस्तावना

टूल अँड डाय मेकर TDM प्रथम वर्ष मराठी MCQ हे आयटीआय इंजिनीअरिंग कोर्स टूल आणि डाय मेकर (प्रेस टूल्स, जिग्स आणि फिक्स्चर) डाय आणि मोल्ड्ससाठी एक साधे ई-बुक आहे. , प्रथम वर्ष, सेमी- 1 आणि 2, 2022 मध्ये सुधारित NSQ F-5 अभ्यासक्रम , त्यात अधोरेखित आणि ठळक अचूक उत्तरांसह वस्तुनिष्ठ प्रश्न समाविष्ट आहेत MCQ ज्यात सर्व विषय समाविष्ट आहेत ज्यात फाइलिंग, सॉइंग, ड्रिलिंग, टॅपिंग, चिपिंग यासारख्या फिटिंग कव्हरिंग घटकांबद्दल सर्व विषय समाविष्ट आहेत. ग्राइंडिंग आणि वेगवेगळे फिट, लेथवर टर्निंग ऑपरेशन्स उदा., प्लेन, फेसिंग, बोरिंग, ग्रूव्हिंग, स्टेप टर्निंग, पार्टिंग, चेम्फरिंग, नुरलिंग आणि वेगवेगळे थ्रेड कटिंग वेगवेगळे पॅरामीटर सेट करून, वेगवेगळ्या मिलिंग ऑपरेशन्स (साधा, स्टेप्ड, कोनीय, डोवेटेल, टी-स्लॉट, समोच्च, गियर) पृष्ठभाग आणि दंडगोलाकार ग्राइंडिंगसह ±0.02 मिमी अचूकता, सीएडी आणि प्रो ई मधील मोल्डचे सॉलिड मॉडेलिंग वेल्डिंगची सेटिंग आणि अंमलबजावणी आणि बरेच काही शिकवले.

आम्ही प्रत्येक नवीन आवृत्तीसह नवीन प्रश्नांची उत्तरे जोडतो. कृपया काही त्रुटी/ वगळल्यास आम्हाला ईमेल करा. सर्व अभियांत्रिकी बहुपर्यायी प्रश्न आणि उत्तरांसाठी हे निर्विवादपणे सर्वात मोठे आणि सर्वोत्तम ई-पुस्तक आहे.

विद्यार्थी म्हणून तुम्ही ते तुमच्या परीक्षेच्या तयारीसाठी वापरू शकता. हे ई-पुस्तक प्राध्यापकांना साहित्य रीफ्रेश करण्यासाठी देखील उपयुक्त आहे.

नांदी, प्रस्तावना

21 व्या शतकातील औद्योगिक क्षेत्रातील वेगाने वाढणाऱ्या मागणीच्या अनुषंगाने बहु-कुशल कारागीरांचा पुरवठा करण्यासाठी व्यवसाय शिक्षण आणि व्यवसाय प्रॅक्टिकल विभागामार्फत व्यावसायिक शिक्षण आणि प्रशिक्षण विभागामार्फत व्यावसायिक शिक्षण आणि प्रशिक्षण दिले जाते. संस्थांमधील सर्व व्यवसाय महत्त्वाचे आहेत, कारण या व्यवसायांतील प्रशिक्षणार्थी उद्योगाच्या मागणीनुसार बहु-कौशल्ये विकसित करतात.

औद्योगिक क्षेत्रातील सर्व उद्योगांमधील सर्व परीक्षा ऑनलाइन घेतल्या जातात आणि त्यामध्ये MCQ पद्धतीच्या प्रश्नांचा समावेश होतो हे लक्षात घेऊन सर्व व्यवसायांसाठी योग्य MCQ ई-पुस्तके उपलब्ध करून देण्याच्या उदात्त हेतूने. श्री.मनोज मधुकर डोळे यांनी नवीन वार्षिक अभ्यासक्रमानुसार MCQ पद्धतीवर खूप चांगले ई-बुक लिहिले आहे. हे ई-बुक सर्व प्रशिक्षणार्थी, प्रशिक्षणार्थी उमेदवार, प्रशिक्षण प्रशिक्षक आणि संबंधित इतरांसाठी निश्चितच मार्गदर्शक ठरेल.

पुस्तकाचे लेखक श्री.मनोज मधुकर डोळे आहेत, इन्स्ट्रक्टर गव्हर्नमेंट ITI सातारा यांना 17 वर्षांचा प्रशिक्षणाचा अनुभव आहे. नवीन वार्षिक पॅटर्न म्हणून लिहिलेल्या, या ई-बुकमध्ये प्रत्येक विषयासाठी मांडणी, सोपी भाषा आणि सोपी वाक्यरचना, आकृती आणि व्हिडिओ समजून घेण्यासाठी आधुनिक डिजिटल QR कोड तंत्रज्ञान समाविष्ट केले आहे. त्यामुळे सखोल अभ्यास आणि परीक्षेच्या सरावासाठी हे ई-बुक नक्कीच उपयोगी पडेल याची मला खात्री आहे. त्यांनी केलेले काम नक्कीच कौतुकास्पद आहे.

श्री तुकाराम मिसाळ
प्राचार्य शासकीय औद्योगिक प्रशिक्षण संस्था सातारा.

ऋणनिर्देश, पावती

DGET नवी दिल्ली आणि CSTARI कोलकाता ऑगस्ट 2018 च्या सत्रापासून ITI मधील सर्व व्यवसायांसाठी वार्षिक पॅटर्न लागू करत आहेत. परीक्षा पद्धतीतही बदल करण्यात येणार असून या वर्षीपासून ती ऑनलाइन होणार असून सर्व प्रश्न वस्तुनिष्ठ स्वरूपाचे (MCQ) असल्याने प्रशिक्षणार्थींना सखोल अभ्यासाची नितांत गरज आहे. हे लक्षात घेऊन जुन्या NIMI पॅटर्नवर आधारित पुस्तके आणि नवीन वार्षिक पॅटर्नचे संपूर्ण विहंगावलोकन सादर करताना आम्हाला आनंद होत आहे आणि आम्हाला आशा आहे की ही पुस्तके सर्व व्यवसाय संचालक आणि प्रशिक्षणार्थीसाठी मार्गदर्शक ठरतील. आहे.

ही पुस्तके लिहिल्याबद्दल जोहर आवटे साहेब, ITI अकलूजचे प्राचार्य. ITI सातारा चे माजी प्राचार्य सायगावकर साहेब, सहाय्यक संचालक श्री चंद्रकांत ढेकणे साहेब व्यवसाय शिक्षण व प्रशिक्षण प्रादेशिक कार्यालय, पुणे, जिल्हा व्यवसाय शिक्षण व प्रशिक्षण अधिकारी सचिन धुमाळ साहेब व मुख्याध्यापिका शासकीय तंत्रनिकेतन केंद्र शाल्मली पवार मॅडम व मुलगा अधिराज डोळे, आई कुसुम डोळे. , माझे वडील मधुकर डोळे आणि पत्नी अश्विनी डोळे यांनी वेळोवेळी केलेल्या विशेष मार्गदर्शन व सहकार्याबद्दल मी त्यांचा मनःपूर्वक आभारी आहे.

तसेच अतिशय कमी कालावधीत पुस्तक प्रकाशित करण्यात अमूल्य वेळ दिल्याबद्दल श्री राजेंद्र घुमे साहेब, सहसंचालक, व्यवसाय शिक्षण व प्रशिक्षण प्रादेशिक कार्यालय, पुणे यांनी पुस्तकाचे पुनरावलोकन केले. त्यांच्या अभिप्रायाबद्दल मी मनापासून आभारी आहे.

पुस्तक लिहिण्याच्या सुरुवातीपासूनच सतत पाठबळ दिल्याबद्दल ITI सातारा च्या प्रशिक्षकांचा मी आभारी आहे.

या पुस्तकातून, ई-लर्निंगबद्दलचे माझे विचार तुमच्याशी शेअर करण्यात मी स्वतःला धन्य समजतो. हे पुस्तक परिपूर्ण आहे असा दावा मी करणार नाही, कारण परिपूर्णतेचा विचार करता हे पुस्तक एक प्रयत्न आहे आणि बाल्यावस्थेत आहे. त्यांची चाचणी आणि सूचना दिल्यास ते सुधारण्यासाठी मोलाचे ठरतील.

मनोज डोळे

दिनांक 9/1/2019

1

टूल अँड डाय मेकर TDM प्रथम वर्ष मराठी MCQ Drawing

Online Test Exam
ITI Books
CNC Course
AutoCAD CAM
JOB & Apprentice
Online Theory
Computer Course
Trading Course
Web Designing
MSCIT Course
Shopping Business
Internet Business
Remotasks Course
Online Services
Top Sportsmans
Indian Army
Freedom Fighters
Top Scientists
Social Reformers
Motivational Speaker
Top Richest People
Join WhatsApp Group
Join Facebook Group
Like Facebook Page
PAN / Adhar / Licence
Passport

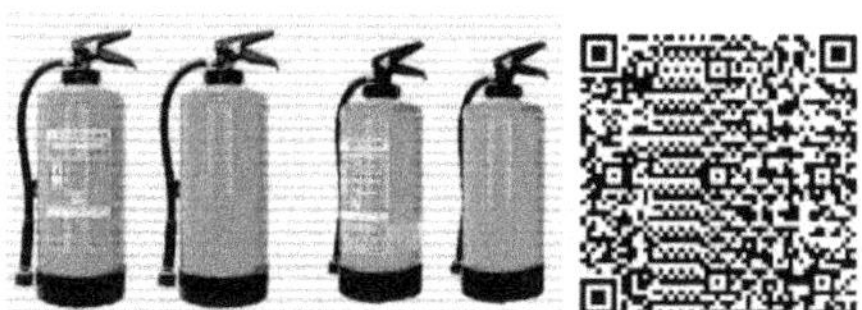

Fire extinguisher

Calliper

Hacksaw frame

Universal surface guage

Hammer

Centre punch

Bench vice

Files

Scraper

Surface Plate

Outside Micrometer

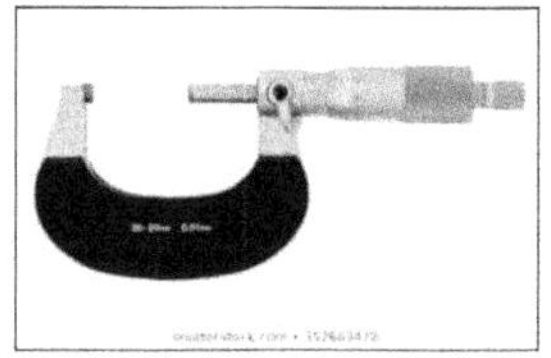

Micrometer

Depth micrometer

Vernier Calliper

Vernier bevel protractor

Drilling

Reamer

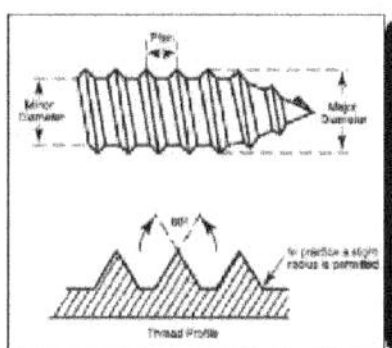

Thread

Tap Die

Grinding Wheel

Slip gauge

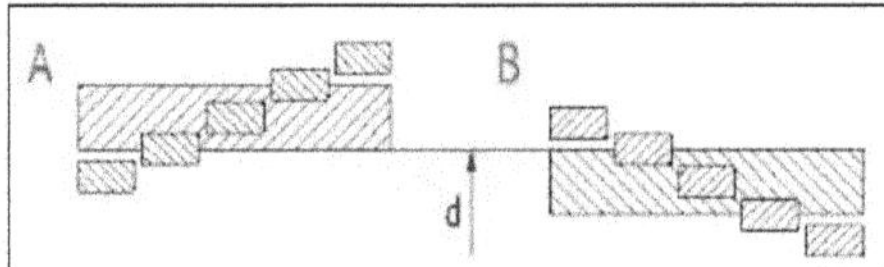

Limit fit tolerance

Lathe Machine

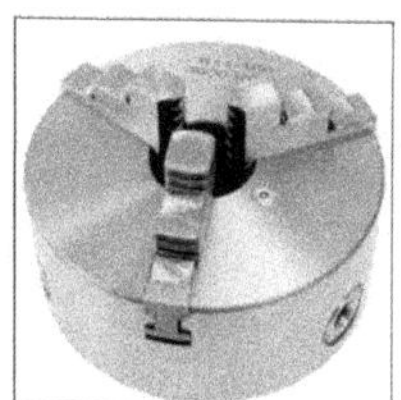

Lathe chuck

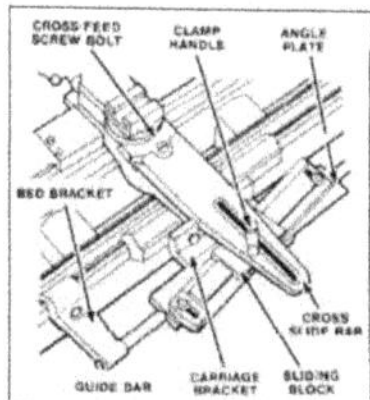

Taper turning attachment

taper ring gauge

screw pitch gauge

Gear

screw pitch gauge

Tap Die

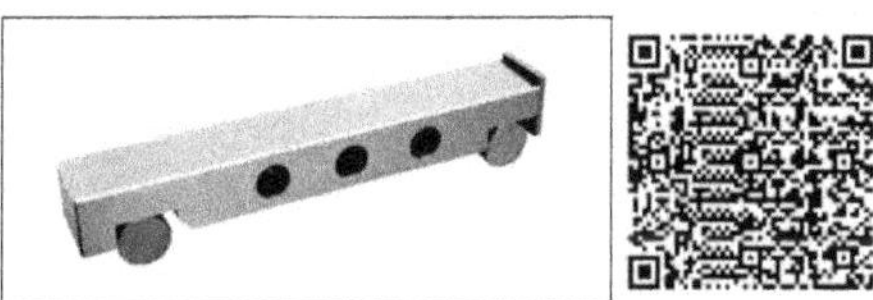

Sine bar

Slip gauge

Dial test indicator

Telescopic gauge

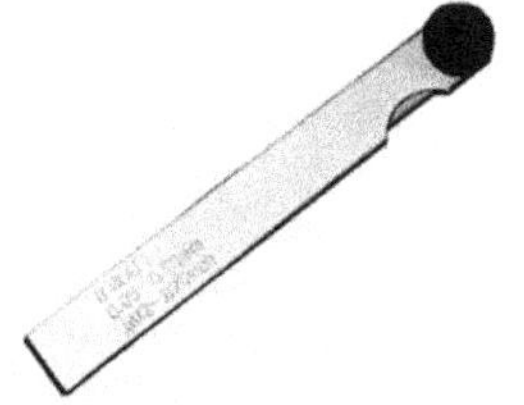

Feeler gauge

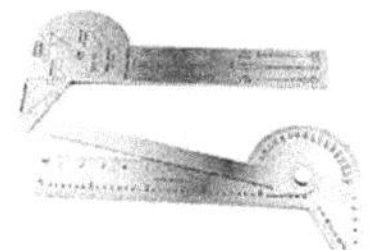

Centre gauge

Jig

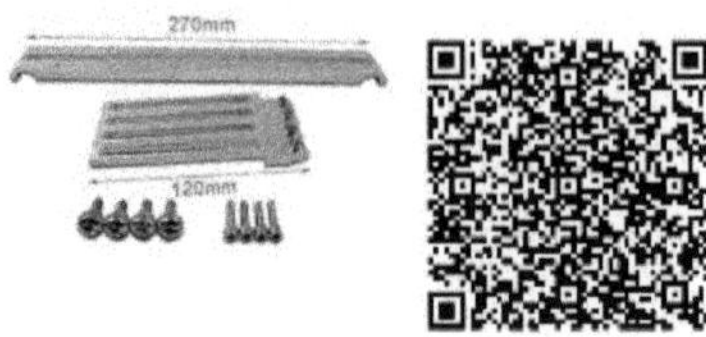

Fixture

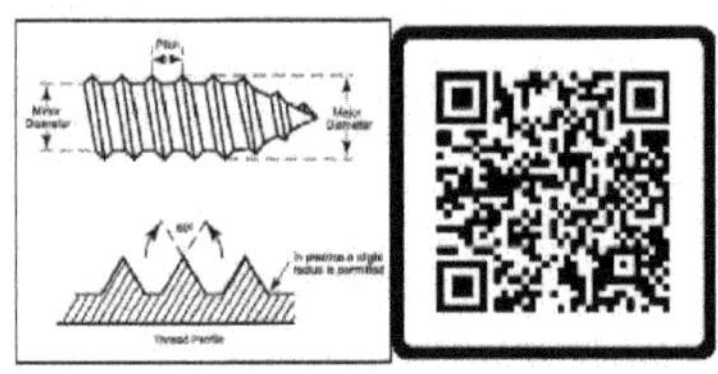

Thread

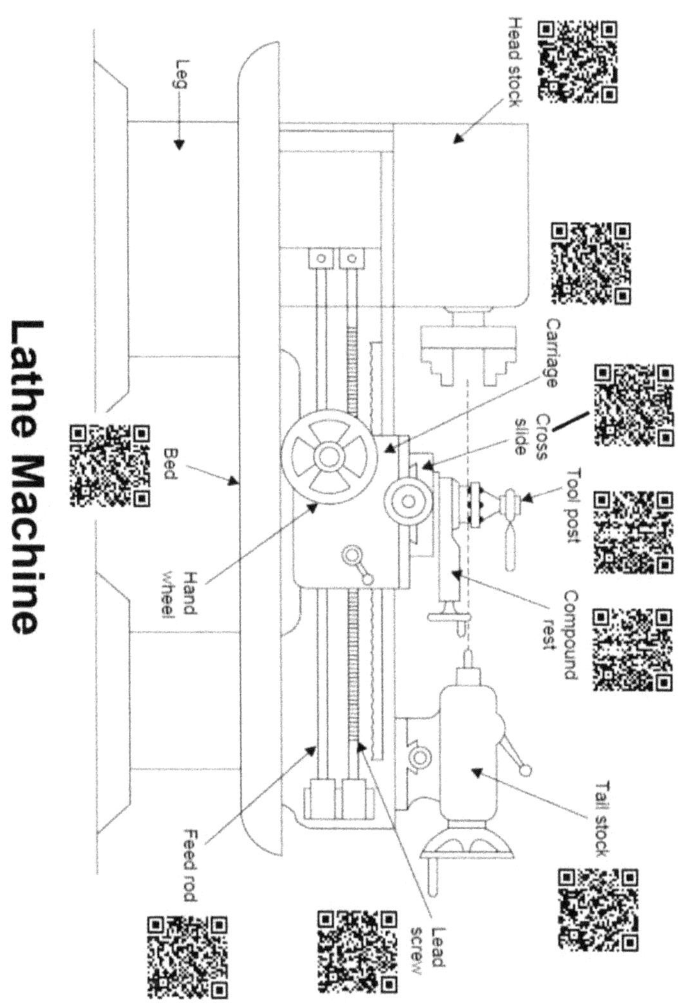
Lathe Machine
Head stock
Carriage
Cross slide
Tool post
Compound rest
Tail stock
Lead screw
Feed rod
Hand wheel
Bed
Leg

Bench Grinding Machine

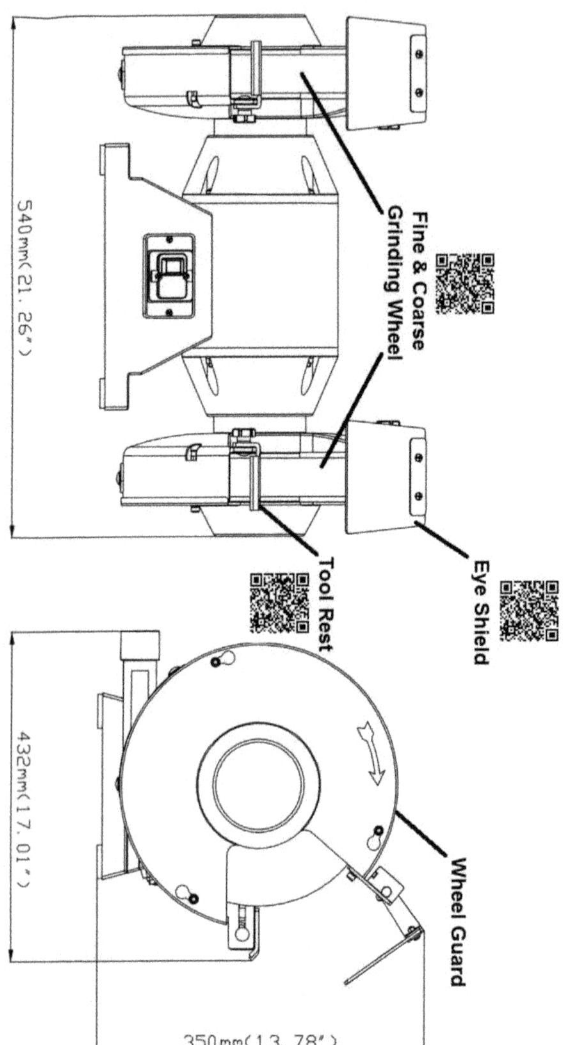

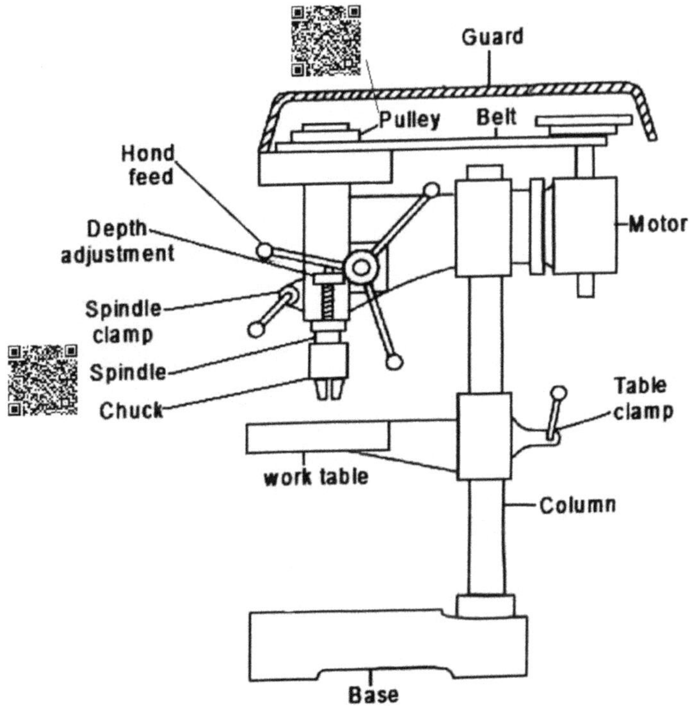

Piller Drilling Machine

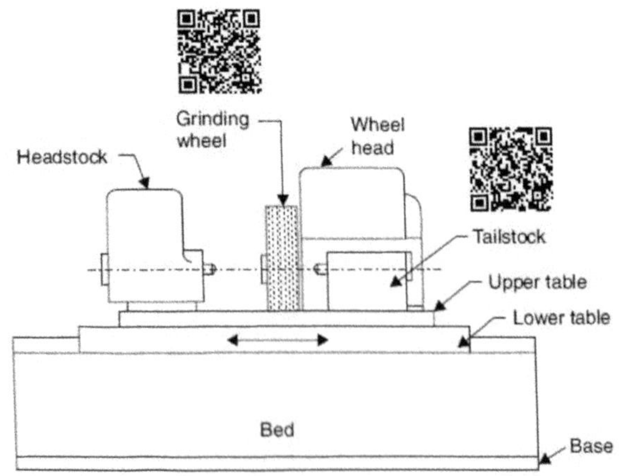

plain cylindrical grinder

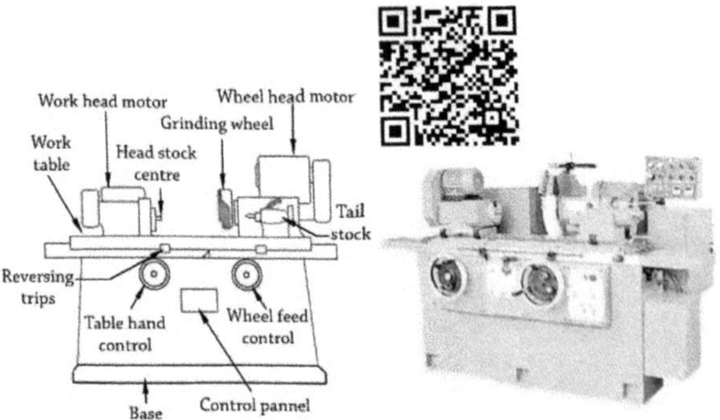

Cylindrical grinding machine

To study Different operations and parts of Surface Grinding Machine

SURFACE GRINDER

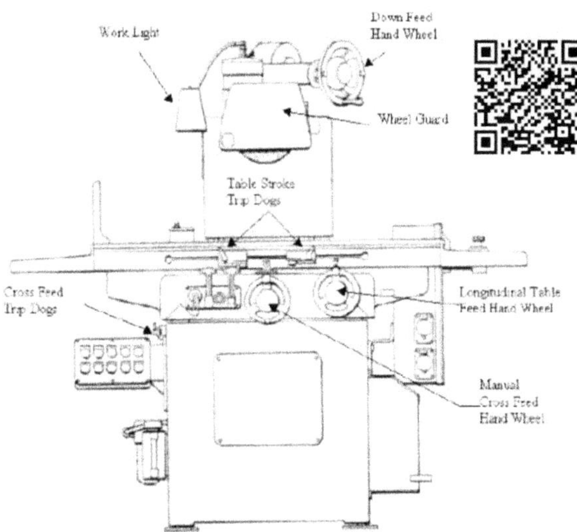

Surface grinding is used to produce a smooth finish on flat surfaces. It is a widely used abrasive machining process in which a spinning wheel covered in rough particles (grinding wheel) cuts

PLAIN OR HORIZONTAL MILLING MACHINE

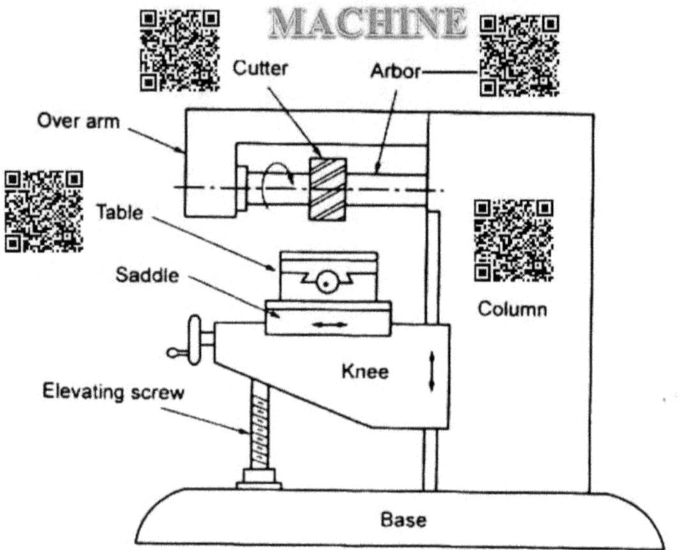

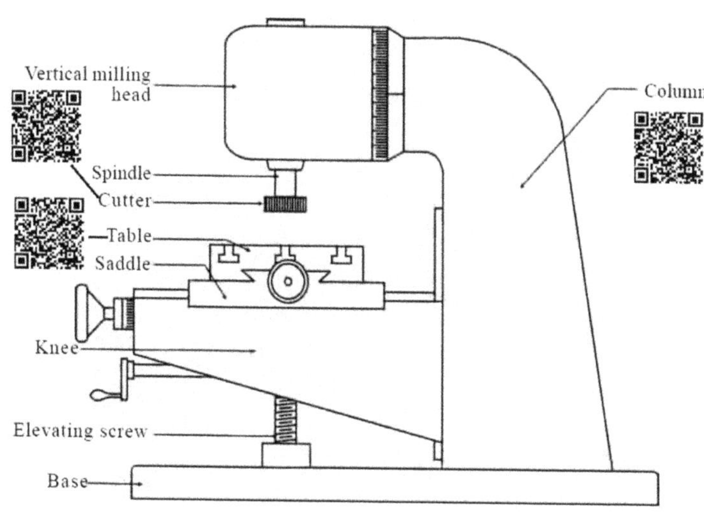

Vertical Milling Machine

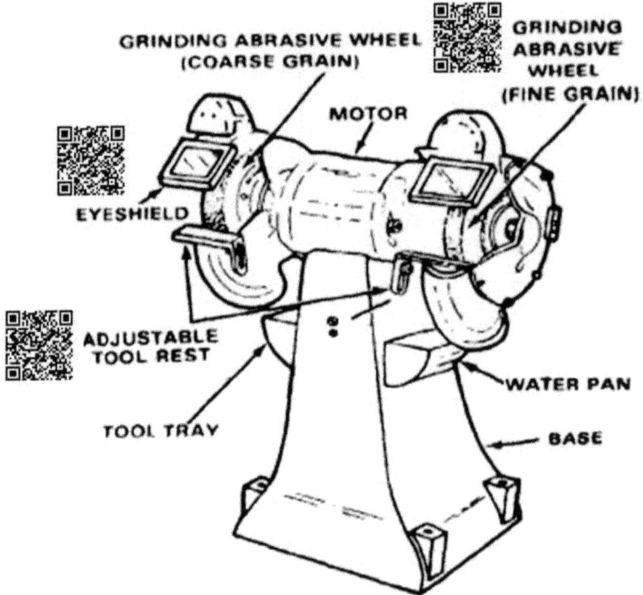

Pedastal Grinding Machine

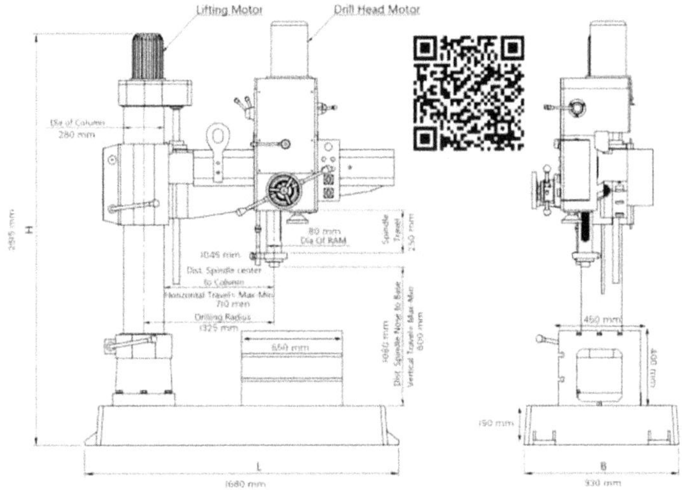

Radial Drilling Machine

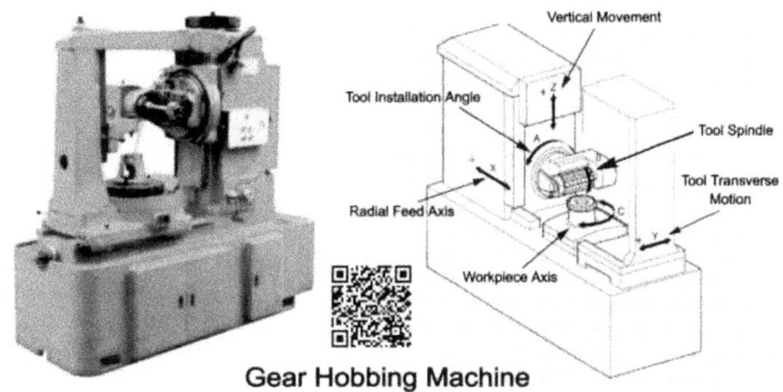

Gear Hobbing Machine

DOUBLE HOUSING PLANER

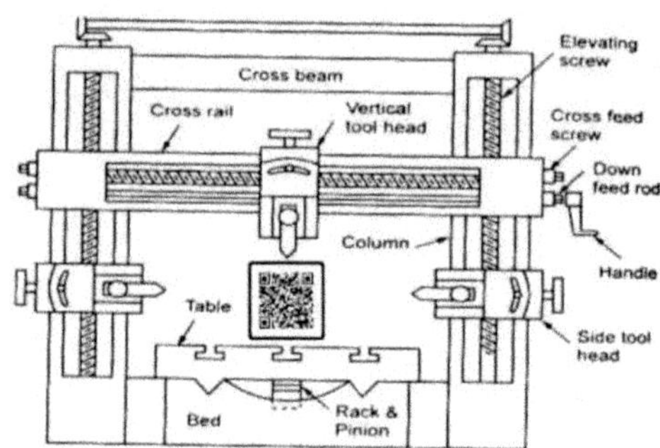

PIT PLANER

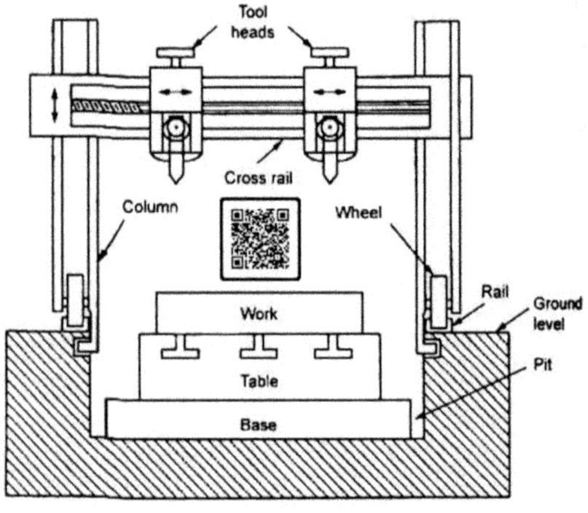

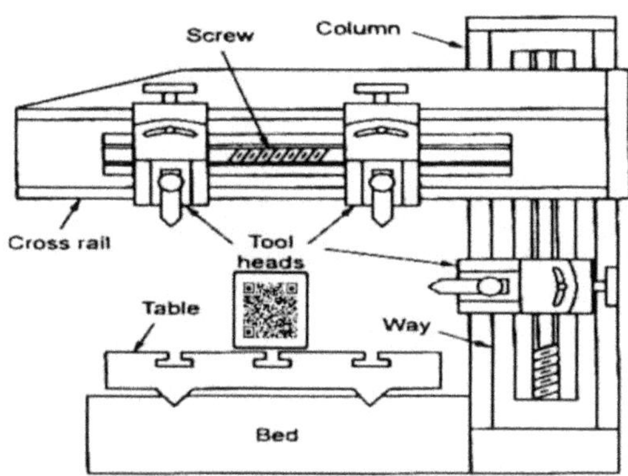

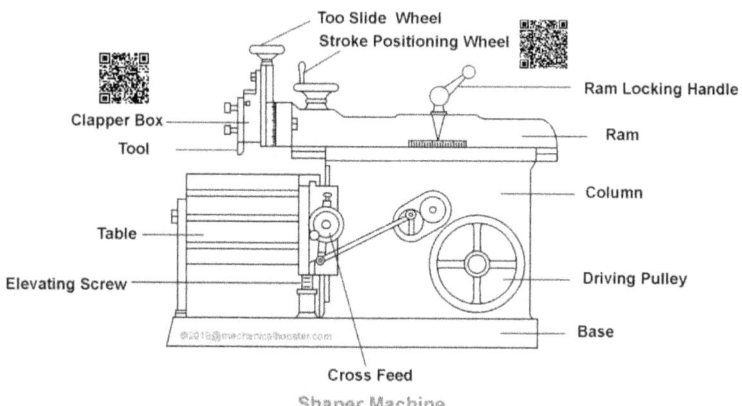

Shaper Machine

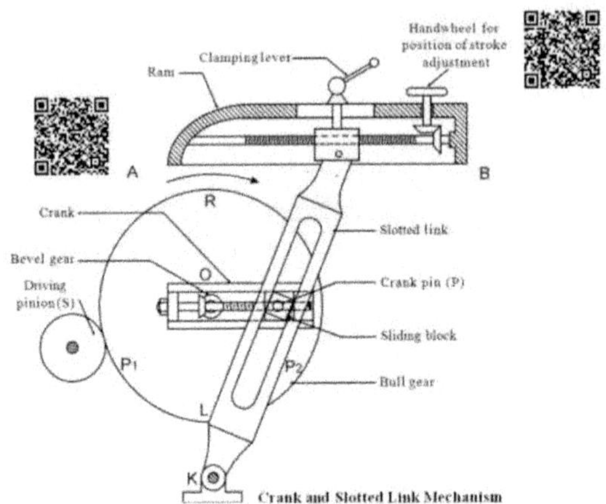

Quick Return Mechanism of Shaper Machine

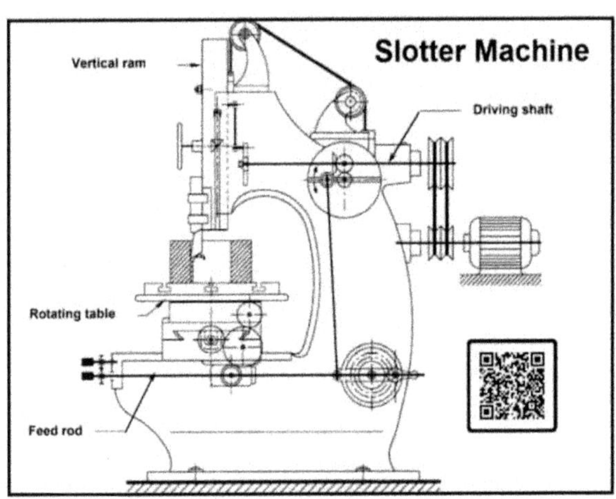

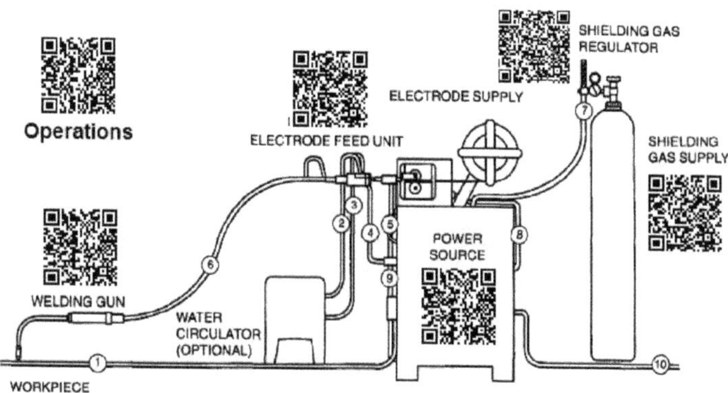

Gas Metal Arc Welding

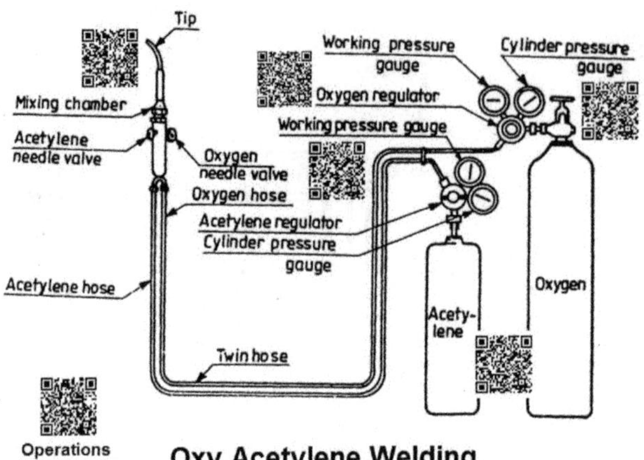

Oxy Acetylene Welding

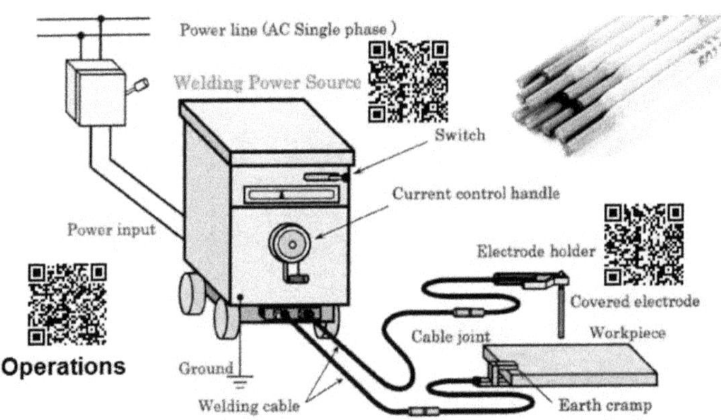

Shielded Metal Arc Welding

2

टूल अँड डाय मेकर TDM प्रथम वर्ष मराठी MCQ

०१] रक्तस्त्राव झाल्यास उपचार घ्या

डी] थंड 3" आणि विश्रांती

अ] थंडपाण्याचीफवारणीकरा

ब] लगेच मलमपट्टी -----

ब] अपघात विचार उपचार बद्दल चौकशी

०२] अपघात झाल्यास पीडितेने आय.एम

अ] विश्रांती घेण्यास सांगितले

क] तात्काळहजरझाले

डी] त्याला सोडा

०३] जखमी किंवा आजारी व्यक्तीला प्राथमिक उपचार दिले जातात

अ] जीव वाचवा

ब] मफचा पुढील बिघाड टाळा

क] शक्य तितका आराम द्या

ड] हेसर्व

04] कचरा पेपर वेगळे करण्यासाठी डब्यांचा कलर कोड ----- आहे.

अ] निळारंग

ब] पिवळा रंग

क] लाल रंग

ड] हिरवा रंग

०५] जपानी भाषेत सेको म्हणजे --------------

अ] चमकणे

ब] क्रमवारी लावा

क] प्रमाणीकरण

ड] टिकवणे

06] SS प्रणालीचा फायदा ------ आहे.

अ] उत्पादकतेत वाढ

ब] गुणवत्तेत वाढ

क] वेळेचा अपव्यय कमी करणे

<u>ड] हेसर्व</u>

०७] सुरक्षा म्हणजे -----------

अ] कोणाचाही व्यवसाय नाही

<u>ब] प्रत्येकशरीराचाव्यवसाय</u>

क] काही शरीर व्यवसाय

ड] संस्थेचा व्यवसाय

08] मूलभूत श्रेणींसाठी सुरक्षा चिन्हे उपलब्ध आहेत "निषेध" चिन्हाचा अर्थ ----

<u>अ] दाखवतेकीतेकेलेजाऊनये</u>

ब] काय केले पाहिजे ते दाखवते

क] धोक्याची किंवा धोक्याची चेतावणी देते

ड] सुरक्षा तरतुदीची माहिती देते

09] वर्कशॉप सुरक्षा कोणती आहे?

<u>अ] दुकानातीलमजलास्वच्छआणिग्रीस, तेलकिंवाइतरनिसरड्यापदार्थांपासूनमुक्तठेवा</u>

ब] वेग बदलण्यापूर्वी मशीन थांबवा

C] फटाके किंवा चिरलेली साधने वापरू नका

ड] धावणारे मशीन हाताने थांबवण्याचा प्रयत्न करू नका

10] पर्सनल प्रोटेक्ट इक्विपमेंट (PPE] मध्ये हेल्मेट वापरले जाते

<u>अ] डोकेसंरक्षितकरा</u>

ब] डोळ्यांचे रक्षण करा

क] हातांचे संरक्षण करा

ड] कानांचे रक्षण करा

11] खालीलपैकी कोणते सामान्य सुरक्षिततेशी संबंधित आहे?

A चांगल्या वृत्तीचा कार्यकर्ता ठेवा

ब] काम स्वच्छ आणि स्पष्ट

क] आपल्या कामावर लक्ष केंद्रित करा

<u>ड] मजलाआणिगँगवेस्वच्छआणिस्वच्छठेवा</u>

12] दळताना डोळ्यांच्या संरक्षणासाठी कोणता वापर केला जातो?

अ] गडद हिरवा काच

ब] मुखवटा

क] सूर्याचा चष्मा

<u>ड] सुरक्षागॉगल</u>

13] मशीनच्या सुरक्षिततेसाठी खालीलपैकी काय केले जाते?

<u>अ] मशीनसुरूकरण्यापूर्वीतेलाचीपातळीतपासा</u>

ब] पद्धतशीर पद्धतीने कामे करा

क] फरशी आणि गँगवे स्वच्छ आणि स्वच्छ ठेवा

ड] डाय आणि स्कार्फ वापरू नका

14] In पर्सनल प्रोटेक्ट इक्विपमेंट (PPE], 'स्लीव्हज'चा वापर संरक्षणासाठी केला जातो ----------

चेहरा

ब] डोळे

क] कान

<u>ड] हात</u>

15] ABC म्हणजे --------------

अ] स्वयंचलित श्वास नियंत्रण

ब] स्वयंचलित रक्त नियंत्रण

<u>क] वायुमार्गातीलश्वासोच्छवासाचेअभिसरण</u>

ड] स्वयंचलित रक्त परिसंचरण

04] आग आणि अग्निशामक यंत्रे

fire extinguisher

1 Fire Extingusher

अग्नीरोधक

16] "क्लास बी" आग विझवण्यासाठी अग्निशामक यंत्राचे प्रकार वापरले जातात

<u>अ] कोरडीशक्ती</u>

ब] कार्बन डायऑक्साइड

क] पाण्याचा जेट

ड] फोम प्रकार

17] सामान्य आग विझवण्यासाठी कोणत्या प्रकारचे अग्निशामक यंत्र वापरले जाते?

अ] पाण्याचेप्रकारविझविण्याचेयंत्र

ब] फोम प्रकार एक्टिंग्विशर

क] कोरडी रासायनिक पावडर एक्टिंग्विशर

D] कार्बन डायऑक्साइड (C02] एक्टिंग्विशर

18] एक मायक्रोमीटर (U] समान आहे

अ] 01 मि.मी

ब] 001 मिमी

C] 0001 मिमी

ड] 00001 मिमी

19] स्लॉटची रुंदी मोजण्यासाठी कॅलिपर आहे

अ] विषम पाय कॅलिपर

ब] बाहेरील कॅलिपर

C] जेनी कॅलिपर

ड] कॅलिपरच्याआत

Inside calliper hand tools

कॅलिपर

20] विभाजकांचा आकार ----------- द्वारे निर्दिष्ट केला जातो.

अ] पायांची एकूण लांबी

ब] पूर्णपणे उघडल्यावर बिंदूमधील अंतर

क] बिंदू नसलेल्या पायांची लांबी

D] पिव्होटआणिबिंदूमधीलअंतर

21] समांतर रेषा चिन्हांकित करण्यासाठी वापरलेले साधन आहे, डेटाम काठाच्या समांतर आहे -

अ] जेनीकॅलिपर

ब] विभाजक

क] बाहेरील कॉलीपर

ड] कॅलिपरच्या आत

22] खालीलपैकी कोणते एक अप्रत्यक्ष मोजण्याचे साधन आहे?

अ] बाहेरीलकॅलिपर

ब] व्हर्नियर कॅलिपर

क] पोलादी नियम

ड] बाहेरील मायक्रोमीटर

23] पातळ ट्यूबिंग कापण्यासाठी, हॅकसॉ ब्लेडची सर्वात योग्य पिच आहे

अ] 18 मिमी

ब] 14 मिमी

क] 1 मि.मी

ड] 08 मि.मी

hacksaw Hacksaw Frame Blade

हॅकसॉ फ्रेम

24] ठोस पितळ कापण्यासाठी, हॅकसॉ ब्लेडची सर्वात योग्य खेळपट्टी आहे

अ] 18 मिमी

ब] 14 मिमी

क] 1 मि.मी

ड] 08 मि.मी

25] काही स्ट्रोकनंतर नवीन हॅकसॉ ब्लेडमुळे सैल होते

अ] ब्लेडचेताणणे

ब] विंग-नट धागे जीर्ण होत आहेत

क] ब्लेडची चुकीची खेळपट्टी

ड] करवतीच्या संचाची अयोग्य निवड

26] लहान व्यासाचे पाईप्स कापताना, नियमितपणे पाहणे आणि याची खात्री करणे उचित आहे

अ] कट वक्र रेषेच्या बाजूने आहे

ब] <u>अधिककरवतीचेदातआकुंचनपावलेआहेत</u>

क] काम जास्त तापलेले नाही

ड] हॅकसॉचे योग्य संतुलन राखले जाते

27] व्हाइस क्लॅम्प्सचा वापर केला जातो

अ] कठीण जबड्याचे रक्षण करा

ब] कामाचे तुकडे कडकपणे घट्ट करा

क] <u>तयारपृष्ठभागसंरक्षितकरा</u>

ड] जंगम जबडा दाखल होण्यास प्रतिबंध करा

28] चिन्हांकित करताना संदर्भ पृष्ठभाग द्वारे प्रदान केले जाते

अ] पृष्ठभाग मापक

ब] वर्कपीस

क] कामाचे रेखाचित्र

D] <u>मार्किंगटेबलपृष्ठभाग</u>

29] अभियंत्याच्या वाइसचा आकार द्वारे निर्दिष्ट केला जातो

अ] जंगम जबड्याची लांबी

ब] <u>जबड्याचीरुंदी</u>

क] दुर्गुणाची उंची

ड] जबडा जास्तीत जास्त उघडणे

30] सार्वत्रिक पृष्ठभाग गेजचा भाग जो डेटाम काठावर समांतर रेषा काढण्यास मदत करतो.

अ] रॉकर हात

ब] स्नग

क] बारीक समायोजन स्क्रू

ड] <u>मार्गदर्शकपिन</u>

31] स्क्राइबर बनलेले आहेत

अ] सौम्य पोलाद

ब] <u>उच्चकार्बनस्टील</u>

क] पितळ

ड] कास्ट लोह

32] हँडल फिक्स करण्यासाठी वापरल्या जाणाऱ्या हातोड्याचा भाग आहे

चेहरा

ब] पेन

क] गाल

ड] <u>डोळाछिद्र</u>

hammer Hammers

हातोडा

33] चिन्हांकित करण्याच्या हेतूसाठी हातोड्याचे वजन आहे
अ] 250 ग्रॅम
ब] 500 ग्रॅम
क] १ किग्रॅ
ड] 2 किग्रॅ
34] विभाजकांचा आकार द्वारे निर्दिष्ट केला जातो
अ] पायांची एकूण लांबी
ब] पूर्णपणे उघडल्यावर बिंदूमधील अंतर
क] बिंदूशिवाय पायांची लांबी
D] पिव्होटआणिबिंदूमधीलअंतर
35] 'V' ब्लॉकच्या खोबणीचा अंतर्भूत कोन नेहमीच असतो
अ] ४५०
ब] ६००
क] ९००
ड] 120०
36] 'V' ब्लॉक्सच्या ग्रेडमध्ये उपलब्ध आहेत
अ] अआणिब
ब] अ, ब आणि क
क] १,२ आणि ३
ड] १ आणि २
37] 'B' ग्रेडचे 'V' ब्लॉक बनलेले आहेत
अ] कास्टलोह
ब] सौम्य पोलाद
क] पोलाद
ड] कास्ट स्टील

38] केंद्र शोधण्यासाठी वापरलेल्या पंचाचे नाव सांगा

अ] प्रिक पंच ३०°

ब] प्रिक पंच ६०°

क] केंद्रपंच

ड] डॉट पंच

Centre punch 1 Punches

केंद्र पंच

39] केंद्र पंचाचा बिंदू कोन -------- आहे.

अ] ३०°

ब] ५०°

c] 900

ड] 1200

40] पंचांचा वापर --------- कोणत्याही आकाराचा बनवण्यासाठी केला जातो

अ] छिद्र

ब] खाण

C] Knurling

ड] रीमिंग

41] साधारणपणे वाइसच्या हँडलची लांबी ---------- असते.

अ] वाइसच्या सामान्य आकाराच्या 15 पट

ब] वाइसच्यासामान्यआकाराच्या 25 पट

क] वाइसच्या सामान्य आकाराच्या 35 पट

ड] वाइसच्या सामान्य आकाराच्या 45 पट

bench vice Bench Vice

खंडपीठ उपाध्यक्ष

42] बेंच वाइस स्पिंडल बनलेले आहे

अ] सौम्यपोलाद

ब] कास्ट लोह

क] साधन स्टील

ड] कांस्य

43] फाईल्सची उत्तलता मदत करते

अ] अवतल पृष्ठभाग फाइल करण्यासाठी

ब] बहिर्वक्र पृष्ठभाग फाइल करण्यासाठी

क] कामाच्याकडागोलाकारटाळण्यासाठी

D] दाब लागू झाल्यावर सरळ होणारी फाईल

44] लाकूड, चामडे आणि इतर मऊ साहित्य भरण्यासाठी कोणती फाईल वापरली जाते?

अ] सिंगल कट फाइल

ब] डबल कट फाइल

c] रास्पकटफाइल

ड] वक्र कट फाइल

45] वापरलेली फाईल ------------ साठी वापरली जाते.

अ] कामाचा तुकडा साफ करणे

क] फाईलचे दात नूतनीकरण करणे

ब] फाईलचेदातसाफकरणे

ड] चिप्स साफ करणे

४६] फाइल कार्ड -------- यासाठी वापरले जाते.

अ] कामाचा तुकडा स्वच्छ करा

C] फाईलचे दात नूतनीकरण करा

ब] फाईलचेदातस्वच्छकरा

47] लेखकाचा बिंदू कोन ----------- आहे.

अ] ३०°

ब] ६०°

C] 5° ते 10°

D] 12° ते 15°

48] कास्ट आयरन चिपकण्यासाठी कटिंग अँगल आहे

अ] ३७५०

ब] 55०

क] 60०

ड] 90०

49] छिन्नी सामग्री मध्ये खणणे होईल तेव्हा

अ] रेक कोन अधिक आहे

ब] क्लिअरन्स कोन खूप कमी आहे

क] झुकावकोनअधिकआहे

ड] झुकाव कोन खूप कमी आहे

50] कटिंग एजला थोडासा बहिर्वक्रता दिला जातो

अ] वक्र पृष्ठभाग कापून टाका

ब] टोकदार कोपरे कापून घ्या

क] टोकेखोदण्यासप्रतिबंधकरा

ड] वंगण आत येऊ द्या

51] पृष्ठभागाच्या प्लेट्स बनविल्या जातात

अ] उच्च दर्जाचे कास्ट स्टील

ब] बारीककच्चालोह

क] मिश्र धातु स्टील्स

ड] लोह

52] व्हर्नियर कॅलिपरची सर्वात कमी संख्या आहे (मुख्य स्केल = 49 विभाग, व्हर्नियर स्केल = 50 भाग)

अ] 0.1 मिमी

ब] 0.01 मिमी

क] 0.001 मिमी

ड] 0.02 मिमी

53] व्हर्नियर कॅलिपर वापरून केलेल्या मोजमापाचा प्रकार ------- आहे.

अ] थेट मोजमाप

ब] अप्रत्यक्षमापन

क] ९०“] (अ] ८१ (ब]

ड] यापैकी नाही

54] मायक्रोमीटरच्या बाहेरील मेट्रिकची अचूकता किंवा किमान गणना --------- आहे

अ] 0-1 मिमी

ब] 0.01 मिमी

C] 0.001 मिमी

ड] 0.02 मिमी

55] 1000 मायक्रॉन म्हणजे -----

अ] 1 मि.मी

ब] १मी

क] 1000 मिमी

ड] 10 सें.मी

56] मेट्रिक मायक्रोमीटरमध्ये, थिमल ॲडव्हान्सची संपूर्ण क्रांती -----------

अ] 0.01 मिमी

ब] 0.25 मिमी

C] 0.50 मिमी

ड] 100 मि.मी

57] मायक्रोमीटरमधील रॅचेट स्टॉप ------------ मदत करते.

अ] दाबनियंत्रितकरा

ब] स्पिंडल लॉक करा

C] शून्य त्रुटी समायोजित करा

ड] कामाचा तुकडा धरा

58] 1000 मायक्रॉन म्हणजे ------------

अ] 1 मि.मी

ब] १ मी

क] 1000 मिमी

ड] 10 सें.मी

59] मायक्रोमीटरच्या बाहेरील 50-75 मिमीचे शून्य वाचन किती आहे?

अ] 0000 मिमी

ब] 001 मिमी

क] 2500 मिमी

ड] 5000 मिमी

micrometer2 Out Side Micrometer

मायक्रोमीटर

60] मायक्रोमीटरच्या बाहेरील मेट्रिकच्या स्लीव्हवरील सर्वात लहान भागाचे मूल्य ----- आहे.

A] 050 मिमी

ब] 100 मिमी

क] 150 मिमी

ड] 200 मिमी

61] मायक्रोमीटरमधील रॅचेट स्टॉप --------- मदत करते.

अ] दाबनियंत्रितकरा

ब] स्पिंडल लॉक करा

C] शून्य त्रुटी समायोजित करा

ड] कामाचा तुकडा धरा

62] मेट्रिक प्रणालीमध्ये व्हर्नियर उंची गेजची सर्वात कमी गणना आहे

अ] ०.०५ मिमी

ब] 0.1 मिमी

C] 0.02 मिमी

ड] 0.001 मिमी

63] ब्रिटीश प्रणालीमध्ये व्हर्नियर उंची गेजची सर्वात कमी गणना आहे

अ] ०.०५"

ब] ०.००१"

C] ०.००२"

डी] 1"

vernier
height
gauge 3 Vernier Height Gauge

व्हर्नियर उंची गेज

64] चिन्हांकित करण्याच्या हेतूंसाठी, वर व्हर्नियर उंची गेज वापरणे आवश्यक आहे

अ] यंत्र साधनाचा पलंग

ब] पृष्ठभागप्लेट

क] चौरस ब्लॉक

ड] कोणताही सपाट पृष्ठभाग

65] व्हर्नियर हाईट गेजचे रीडिंग a सारखे असते

अ] व्हर्नियरकॅलिपर

ब] खोली मायक्रोमीटर

सी] डायल चाचणी निर्देशक

ड] गेज

66] व्हर्नियर हाईट गेजच्या तुळईवर जो भाग सरकतो तो भाग म्हणून ओळखला जातो

अ] आधार

ब] तुळई स्केल

क] लेखक

डी] व्हर्नियरस्लाइड

67] व्हर्नियर हाईट गेजचा आकार द्वारे निर्दिष्ट केला जातो

अ] व्हर्नियर स्केलची उंची

ब] तुळईचीउंची

सी] तुळईची रुंदी

ड] पायाचा आकार

68] व्हर्नियर हाईट गेजचा पाया सामान्यतः यापासून बनविला जातो

अ] कास्ट लोह

ब] स्टील

क] ॲल्युमिनियम मिश्र धातु

ड] टंगस्टन कार्बाइड

69] व्हर्नियर बेव्हल प्रोट्रेक्टरची सर्वात कमी गणना आहे

अ] १”

B] 5‘

क] 1◦

ड] 5 ◦

vernier bevel protractor Vernier Bevel
3 Protractor

व्हर्नियर बेव्हल प्रोट्रेक्टर

70] व्हर्नियर बेव्हल प्रोट्रॅक्टरचा भाग जो सामान्यतः कोन मोजण्यासाठी संदर्भ आधार म्हणून वापरला जातो.

अ] ब्लेड

ब] साठा

क] डिस्क

क] मुख्य प्रमाण

71] व्हर्नियर बेव्हल प्रोटेक्टरचा भाग ज्यावर मुख्य प्रमाणात विभाजने चिन्हांकित केली जातात

अ] साठा

ब] डायल करा

क] डिस्क

ड] समायोज्य ब्लेड

72] बेव्हल प्रोट्रेक्टरचा भाग, जो मापन करताना कललेल्या पृष्ठभागाच्या संपर्कात येतो.

अ] ब्लेड

ब] साठा

क] डिस्क

ड] डायल

73] vernier bevel protractor च्या मुख्य स्केलच्या प्रत्येक विभागाचे मूल्य आहे

अ] ५'

ब] 1◦

क] 5◦

ड] 10◦

74] बेव्हल प्रोट्रेक्टरच्या व्हर्नियर स्केलच्या प्रत्येक भागाचे मूल्य आहे

अ] 1◦

ब] 1◦5'

C] 1◦55'

D] 5'

75] खालीलपैकी कोणता संयोग संचाचा भाग नाही?

अ] साठा

ब] चौकोनी डोके

क] संरक्षक डोके

ड] केंद्र प्रमुख

76] पेडेस्टल ग्राइंडरच्या कार्यामध्ये --------- समाविष्ट आहे

अ] कापण्याचे साधन धार लावणे

ब] उग्र दळणे

क] दोन्ही (अ] आणि (ब]

ड] यापैकी नाही

77] पेडेस्टल ग्राइंडरच्या दोन चाकांसाठी वापरल्या जाणाऱ्या ऍब्रेसिव्हचे प्रकार आहेत-

अ] खडबडीत आणि खडबडीत प्रकार

ब] बारीक आणि बारीक प्रकार

क] खडबडीतआणिदंड

ड] यापैकी नाही

78] ड्रेसर्सद्वारे ग्राइंडिंग व्हीलला आकार देण्याचे ऑपरेशन?

अ] ड्रेसिंग

ब] सत्य

क] अडकणे

ड] ग्लेझिंग

79] ग्राइंडिंग व्हीलचे ड्रेसिंग आणि ट्रूइंग म्हणजे --------

अ] नेमके तेच ऑपरेशन

ब] समानसमीकरणासहक्लोनकरा

क] फक्त खडबडीत चाकासाठी केले जाते

ड] फक्त फॉर्म पीसण्यासाठी

80] साठी कोन प्लेटच्या मशीन नसलेल्या भागावर बरगड्या दिल्या आहेत

अ] सुलभ हाताळणी

ब] उत्पादनात सोय

C] मशीनवर सेट करताना क्लॅम्पिंग

ड] <u>कडकपणाआणिविकृतीटाळण्यासाठी</u>

81] अँगल प्लेटवरील स्लॉट्स साठी दिले आहेत

अ] वजन कमी करणे

ब] काम संरेखित करणे

क] हुक वापरून उचलणे

ड] <u>सामावूनघेणारेबोल्ट</u>

82] कोन प्लेट्सचा आकार द्वारे सांगितले आहे

अ] वजन

ब] लांबी

क] लांबी x रुंदी

ड] <u>आकारक्रमांक</u>

83] टॅपर शँक ड्रिल मशीनवर द्वारे आयोजित केले जातात

अ] चक

<u>ब] बाही</u>

क] वाहून जाणे

ड] वाइस

84] ड्रिल चक्स ड्रिलिंग मशीनच्या स्पिंडलवर a च्या सहाय्याने बसवले जातात

अ] नर्ल्ड रिंग

<u>ब] आर्बर</u>

क] वाहून जाणे

ड] पिनियन आणि किल्ली

85] ड्रिल्सवर दिलेला मोर्स टेपर या दरम्यान असतो

A] <u>MT 1 ते MT 5</u>

ब] MT 1 ते MT 4

C] MT 0 ते MT 5

D] MT 0 ते MT 4

86] ड्रिफ्टचा वापर केला जातो

अ] ड्रिल स्थान काढणे

ब] मशीन स्पिंडलवर चक फिक्स करणे

क] कामातून तुटलेली ड्रिल काढणे

ड] मशीनस्पिंडलमधूनड्रिलकाढणे

87] जेव्हा ड्रिलची टेपर शँक मशीनच्या स्पिंडलपेक्षा मोठी असते, तेव्हा ड्रिल ठेवण्याचे साधन म्हणजे

अ] ड्रिल स्लीव्ह

ब] टेपरसॉकेट

क] ड्रिल ड्रिफ्ट

ड] चक आणि कि

88] ड्रिलिंग मशीनमध्ये सौम्य स्टील ड्रिल करण्यासाठी योग्य कटिंग फ्लुइड आहे

अ] सिंथेटिक विद्रव्य तेल

ब] स्वच्छ तेल

क] डिस्टिल्ड वॉटर

ड] विद्राव्यतेल

89] रेडियल ड्रिलिंग मशीनचे एक विशेष वैशिष्ट्य आहे

अ] हे एचएसएस ड्रिलसह ड्रिलिंगसाठी वापरले जाऊ शकते

ब] टेबल कोणत्याही स्थितीत हलवले आणि सेट केले जाऊ शकते

क] वेगाची विविधता उपलब्ध आहे

ड] स्पिंडलकोणत्याहीस्थितीतआणलेजाऊशकते

90] ड्रिलचा बिंदू कोन यावर अवलंबून असतो

अ] ड्रिलचा आकार

ब] यंत्राचा प्रकार

क] कामाचेसाहित्य

D] ड्रिलचा RPM

91] प्रमाणित ड्रिलसाठी बिंदू कोन आहे

अ] 60◦

ब] 108◦

क] 118◦

ड] 135◦

92] हेलिकल कोन निर्धारित करते

अ] कटिंग अँगल

ब] कोन चघळणे

क] रेककोन

ड] ओठांचा कोन

93] ड्रिलचा क्लिअरन्स कोन दरम्यान आहे

अ] 3◦ ते 5◦

ब] <u>8◦ ते 12◦</u>

क] 12◦ ते 20◦

ड] 15◦ ते 20◦

94] दुर्गम ठिकाणी (वीज उपलब्ध नाही) रेल्वे ट्रॅक ड्रिल करायचा आहे योग्य ड्रिलिंग मशीन निवडा

अ] रेडियल ड्रिलिंग मशीन

ब] पिलर ड्रिलिंग मशीन

क] <u>रॅचेटड्रिलिंगमशीन</u>

ड] संवेदनशील ड्रिलिंग मशीन

drilling drilling machine

ड्रिलिंग

95] कॅबिनेट बनवण्यासाठी सुताराद्वारे वापरलेले ड्रिलिंग मशीन म्हणजे अ

अ] रॅचेट ड्रिलिंग मशीन

ब] रेडियल ड्रिलिंग मशीन

क] <u>स्तनड्रिलिंगमशीन</u>

ड] संवेदनशील ड्रिलिंग मशीन

96] वीज उपलब्ध नसलेल्या ठिकाणी छिद्र पाडण्यासाठी खालीलपैकी कोणते ड्रिलिंग मशीन वापरले जाते?

अ] बेंच ड्रिलिंग मशीन

ब] पिलर ड्रिलिंग मशीन

क] ड्रिलिंग मशीन पुन्हा डायल करा

<u>ड] रॅचेटड्रिलिंगमशीन</u>

97] खालीलपैकी कोणते ड्रिलिंग मशीन हेवी ड्युटी कामासाठी वापरले जाते?

अ] बेंच ड्रिलिंग मशीन

ब] पिलर ड्रिलिंग मशीन

<u>क] रेडियलड्रिलिंगमशीन</u>

ड] इलेक्ट्रिक हँड ड्रिलिंग मशीन

98] ड्रिल चक मशीनच्या स्पिंडलवर ------ च्या माध्यमातून धरले जातात.

अ] आर्बर

ब] वाहून जाणे

क] ड्रॉ-इन बार

ड] चक नट

99] संवेदनशील बेंच ड्रिलिंग मशीनमध्ये ---- द्वारे भिन्न वेग प्राप्त केले जातात.

अ] बेल्टपुलीयंत्रणा

ब] हायड्रोलिक यंत्रणा

क] रॅक आणि पिनियन यंत्रणा

ड] कॅम आणि अनुयायी यंत्रणा

100] टॅप पीसून पुन्हा तीक्ष्ण केले जातात -----

अ] झोपड्या

ब] धागे

क] व्यास

ड] आराम

101] M10 x 15 साठी टॅपिंग ड्रिलचा आकार ---------- आहे

अ] ८२

ब] ८३

क] ८४

ड] ८५

102] M10XIS च्या स्क्रूसाठी नट बनवायचे आहे ड्रिल केलेल्या छिद्राचा आकार किती असावा?

अ] 8-5 मिमी

ब] 90 मिमी

क] 95 मिमी

ड] 100 मि.मी

103] एक मृत्यू ज्यामध्ये एका स्ट्रोकमध्ये एकापेक्षा जास्त कटिंग ऑपरेशन्स तयार होतात

अ] छेदून मरणे

ब] पुरोगामी मरतात

क] संयोजन मरतात

ड] कंपाऊंड मरणे

tap and die1 Tap Die

डाय टॅप करा

104] एक डाय ज्यामध्ये प्रत्येक स्ट्रोकमध्ये कटिंग आणि नॉन कटिंग ऑपरेशन्स केल्या जातात

अ] छेदून मरणे

ब] पुरोगामी मरतात

क] संयोजन मरतात

ड] कंपाऊंड मरणे

105] एक मृत्यू ज्यामध्ये कामावर दोन किंवा अधिक स्थानकांवर दोन किंवा अधिक अनुक्रमिक ऑपरेशन केले जातात

अ] छेदून मरणे

ब] पुरोगामी मरतात

क] संयोजन मरतात

ड] कंपाऊंड मरणे

106] एक डाय ज्यामध्ये पंच आणि डायचे आकार कमी किंवा कमी धातू प्रवाहासह थेट धातूमध्ये पुनरुत्पादित केले जातात

अ] पुरोगामी मरतात

ब] संयोजन मरतात

क] कंपाऊंड मरतात

ड] फॉर्मिंग मरणे

107] कोणत्याही आकाराची छिद्रे तयार करण्यासाठी डाय वापरला जातो

अ] छेदून मरणे

ब] पुरोगामी मरतात

क] संयोजन मरतात

ड] कंपाऊंड मरणे

108] आर्बर किंवा मॅन्डरेलसह वापरल्या जाणाऱ्या अक्षीय छिद्रासह लहान रेमर म्हणतात -------

अ] समांतर रेमर

ब] समायोज्य रिमर

क] विस्तार रीमर

<u>ड] चकिंगरिमर</u>

reamer 1 Reamers

रिमर

109] खालीलपैकी कोणता मशीन रीमरचा वापर रीमर अक्ष आणि कार्य अक्ष यांच्यातील चुकीचे संरेखन दुरुस्त करण्यासाठी केला जातो?

<u>अ] फ्लोटिंगब्लेडरिमर</u>

ब] मशीन जिग रिमर

क] शेल रिमर

ड] चकिंग रिमर

110] सॉकेट स्क्रू हेड सामावून घेण्यासाठी छिद्राचा शेवट मोठा करण्याची प्रक्रिया आहे.

अ] रीमिंग

ब] स्पॉट फेसिंग

क] <u>काउंटरकंटाळवाणे</u>

111] स्पॉट फेसिंग ऑपरेशनसाठी वापरलेले योग्य साधन आहे

अ] रिमर

ब] काउंटर सिंक

क] <u>फ्लायकटर</u>

ड] लेथ टूल

112] एचएसएस टूल्ससह ॲल्युमिनियमसाठी कटिंग गती आहे

अ] ३० मी/मिनिट

ब] ५० मी/मिनिट

C] 70 मी/मिनिट

ड] <u>130 मी/मिनिट</u>

113] HSS टूलसह ब्राससाठी कटिंग स्पीड आहे

अ] 10 मी/मिनिट

ब] 25 मी/मिनिट

C] <u>70 मी/मिनिट</u>

ड] 140 मी/मिनिट

114] मशिनिंग करताना उपकरणाची कटिंग धार एका मिनिटात सामग्रीवरून जाते ते अंतर म्हणून ओळखले जाते.

अ] RPM

ब] चारा

क] यंत्राचा वेग

ड] <u>कटिंगवेग</u>

115] कामाच्या तुकड्यांवर शीतलक वापरून आपण निवडू शकतो

अ] <u>उच्चकटिंगगती</u>

ब] कमी कटिंग फीड

क] कमी कटिंग गती

ड] कटांची भारी खोली

116] M24 x 3 मिमी अंतर्गत धाग्यासाठी कटची खोली आहे

अ] <u>०५४१२ x ३</u>

ब] ०६१३४ x ३

क] 05 x 3

ड] ०७ x ३

117] मेट्रिक स्क्वेअर थ्रेडिंगसाठी कटची खोली आहे

A] 06 x P

B] <u>05 x P</u>

क] ०५४१२ x पी

डी] ०६४१२ x पी

thread2 screw threads

धागा

118] बट्रेस धागा कापण्यासाठी, कटची खोली असते

अ] ०५४१२ x पी

B] <u>06 x P</u>

C] 07 x P

D] 075 x P

119] डायल टेस्ट इंडिकेटर मापन दर्शवते

अ] घटकाचा वास्तविक आकार

ब] 5 मि.मी.च्या दोन पायऱ्यांमधील फरक

C] <u>पॉइंटरद्वारेआकारातवाढविलेलेलहानफरक</u>

ड] परिमाण थेट वाचन

120] व्ही -ब्लॉक आणि डायल इंडिकेटर पद्धत मोजण्यासाठी वापरली जाते

अ] कामाच्या तुकड्याच्या जमिनीची लांबी

<u>ब] वर्कपीसच्यापृष्ठभागाचीगोलाकारता</u>

क] पृष्ठभागाची सपाटता

ड] धाग्याची पिच

121] डायल टेस्ट इंडिकेटरबद्दल खालीलपैकी कोणते बरोबर नाही?

अ] त्याच्या डायलवर 100 विभाग आहेत

ब] स्टेमची हालचाल गियर ट्रेनद्वारे डायलमध्ये हस्तांतरित केली जाते

<u>C] त्याचीअचूकता 01 मिमीआहे</u>

dial test indicator 1 Dial Guage

<u>चाचणीनिर्देशकडायलकरा</u>

122] आर्बर शोल्डरवर टेनन स्लॉट दिलेले आहेत

अ] कटर आणि आर्बरमध्ये कोणत्याही स्थानावर की घालण्याची सोय करण्यासाठी

ब] आर्बरला पॉझिटिव्ह पॉवर ट्रान्समिशन सुलभ करण्यासाठी

C] <u>आर्बोर्सआणिमशीन्सच्याअदलाबदलीसुलभकरण्यासाठी</u>

ड] कटिंग कृती दरम्यान आर्बर नट सैल होऊ नये म्हणून]

123] मर्यादा आणि फिटच्या BIS प्रणालीमध्ये, सहिष्णुतेची श्रेणी संख्या चिन्हांद्वारे दर्शविली जाते आणि तेथे ---------i आहेत

A] सहिष्णुतेचे 14 ग्रेड

ब] सहनशीलतेचे 16 ग्रेड

<u>C] सहिष्णुतेचे 18 ग्रेड'</u>

ड] सहिष्णुतेचे 20 ग्रेड

limit fit tolarance 1

limit fit tolerance

फिट सहिष्णुता मर्यादित करा

124] उत्पादनाला गुणवत्ता असते असे म्हणतात

अ] त्याचा आकार आणि परिमाणे मर्यादेत आहेत

<u>ब] तेवापरण्यासयोग्यआहे</u>

क] ते खूप चांगले असल्याचे दिसून येते

ड] साहित्याची निवड योग्य आहे

125] होल'30 +0021, 0000 आणि शाफ्ट 30 -0110, 0143 दरम्यान जास्तीत जास्त क्लिअरन्स आवश्यक आहे

A] 0110 मिमी'

B]0131 मिमी

<u>C] 0164 मिमी</u>

ड] 0143 मिमी

126] ड्रॉईंगमध्ये 25 1002 मिमी असे परिमाण सांगितले आहे सहिष्णुता काय आहे?

A] +002 मिमी'

<u>ब] +004 मिमी</u>

C] -002 मिमी

ड] 2500 मिमी

127] एक पिन एका छिद्रात बसविली जाते पिनचा सहिष्णुता क्षेत्र छिद्रापेक्षा संपूर्णपणे वर आहे फिट प्राप्त होईल?

अ] क्लिअरन्स फिट

ब] संक्रमण फिट

क] हस्तक्षेपफिट

ड] धावणे फिट

128] भाग आकारास सहिष्णुता दिली जाते

अ] आवश्यकअनुज्ञेयआकाराच्यात्रुटीमध्येभागाचेउत्पादनकरा

ब] उत्पादन वाढवा

क] उत्पादन कमी करा

ड] घटक अंदाजे पूर्ण करा

129] खालीलपैकी कोणते क्लीयरन्स संपूर्ण मूलभूत प्रणाली अंतर्गत योग्य आहे?

A] 20 H7/p6'

ब] 2067/211

C] ZOG/gll

D] 20H/g11

130] BIS प्रणालीनुसार फिटचे तीन वर्ग आहेत

अ] क्लिअरन्सफिट, इंटरफेरन्सफिटआणिट्रांझिशनफिट

ब] मध्यम फिट, पुश फिट आणि घट्ट फिट

क] फ्लॅट फिट, राउंड फिट आणि स्क्वेअर फिट

ड] 'स्लाइडिंग फिट', लूज फिट आणि संकोचन फिट

131] खालीलपैकी कोणते सहिष्णुता वैशिष्ट्य 20 मिमी पेक्षा कमाल परिमाणविरहित आहे?

अ] 20 +02, -03

ब] २० ३२०२

क] 20 -02, 03 इ

D]m 20 +500, ~03

132] कमाल आणि किमान मर्यादेतील फरक -------- आहे.

अ] एकच माहिती देणारा

ब] मूळ शाफ्ट

क] मंजुरी

ड] सहिष्णुता

133] एक शाफ्ट 55 झुडूप मध्ये मुक्तपणे चालते फिट प्रकार --------- आहे.

अ] क्लिअरन्स फिट

ब] ड्रायव्हिंग प्लेट

क] संकोचनफिट

ड] वरीलपैकी काहीही नाही

134] मोठ्या सपाट पृष्ठभाग खरवडण्यासाठी वापरले जाते

अ] बैल-नाक स्क्रॅपर

ब] तीन-चौरस

क] अर्धा गोल स्क्रॅपर

ड] वरीलपैकी नाही

135] लहान स्क्रॅपर व्यासाच्या छिद्रांना स्क्रॅप करण्यासाठी आणि छिद्र पाडण्यासाठी वापरला जातो

अ] बैल-नाक स्क्रॅपर

ब] <u>तीन-चौरस</u>

क] अर्धा गोल स्क्रॅपर

ड] वरीलपैकी नाही

136] खूप मोठे किंवा खूप लहान नसलेल्या बेअरिंग पृष्ठभागांना स्क्रॅप करण्यासाठी वापरले जाते

अ] बैल-नाक स्क्रॅपर

B] तीन-चौरस

क] <u>अर्धा गोल स्क्रॅपर</u>

ड] वरीलपैकी नाही

137] मोठ्या व्यासाची छिद्रे खरवडण्यासाठी वापरली जाते

अ] <u>बैल-नाक स्क्रॅपर</u>

ब] तीन-चौरस

क] अर्धा गोल स्क्रॅपर

ड] वरीलपैकी नाही

138] तोफा हा तांब्याचा धातू आहे, ------------

<u>अ] कथीलआणिजस्त</u>

ब] शिसे आणि जस्त

क] झिंक आणि निकेल

ड] शिसे आणि निकेल

139] कास्ट आयरनचा वापर मशीन बेड तयार करण्यासाठी केला जातो कारण -------

<u>अ] तेअधिकसंकुचिततणावाचाप्रतिकारकरूशकते</u>

ब] ते वजनाने जड असते

क] हा स्वस्त धातू आहे

ड] हा एक ठिसूळ धातू आहे

140] खालीलपैकी कोणता धातूचा लवचिक विकृतीचा प्रतिकार आहे?

अ] लवचिकता

ब] ताकद

<u>क] कडकपणा</u>

ड] कणखरपणा

141] आवश्यक गुणधर्म मिळविण्यासाठी स्टीलची रचना बदलण्यासाठी गरम आणि थंड करण्याच्या प्रक्रियेला म्हणतात.

अ] कडक होणे

<u>ब] सामान्यकरणे</u>

क] उष्णता उपचार

ड] टेंपरिंग

142] एनीलिंगचा मुख्य उद्देश आहे

अ] कडकपणा वाढवा

ब] कणखरपणा वाढवा

<u>क] यंत्रक्षमतासुधारणे</u>

ड] विकृती सुधारणे

143] स्टीलचे सामान्यीकरण करण्याचा उद्देश ----------- आहे.

<u>अ] प्रेरितताणकाढूनटाका</u>

ब] जनुक सुधारणे आणि ठिसूळपणा कमी करणे

क] धातू मऊ करणे

ड] पृष्ठभाग वाढवा?

144] खालीलपैकी कोणती प्रक्रिया बाह्य 5" ॲनिलिंगसाठी कठोर करण्यासाठी वापरली जाते

अ] कडक होणे

ब] टेंपरिंग

<u>क] केसकडकहोणे</u>

ड] अश्रू पृष्ठभाग

145] टफ आणि ductIIe कोर आणि हार्ड ou असलेले घटक तयार करण्याचा उद्देश म्हणून ओळखला जातो

अ] कडक होणे

<u>ब] केसकडकहोणे</u>

क] टेंपरिंग

ड] एनीलिंग

146] हार्डनिंग करताना उच्च कार्बन स्टीलचे कमी गंभीर तापमान ---------- असते.

A] 9600C

ब] 900° से

<u>c] 7230 इ.स</u>

D] 56O C

147] रचना बदलण्याची आणि अशा प्रकारे गरम आणि थंड करून गुणधर्म बदलण्याच्या प्रक्रियेला -- असे म्हणतात.

अ] उष्णताउपचार

ब] मिश्रधातू

क] टेंपरिंग

ड] यापैकी नाही

148] धान्य रचना शुद्ध करण्यासाठी खालीलपैकी कोणती उष्णता उपचार प्रक्रिया अवलंबली जाते

अ] एनीलिंग

ब] कडक होणे

क] टेंपरिंग

ड] सामान्यकरणे

149] लोखंड आणि पोलादावर ॲनिलिंग केले जाते ---------

अ] अंतर्गत ताण दूर करण्यासाठी

ब] कडकपणा कमी करण्यासाठी

क] यंत्रक्षमता सुधारण्यासाठी

ड] हेसर्व

150] खालीलपैकी कोणते उष्मा उपचाराच्या टप्प्यांत येत नाही?

अ] गरम करणे

ब] स्वच्छता

क] शमन करणे

ड] भिजवणे

20] धातू 02

151] तोफा हा तांब्याचा धातू आहे, ------------

अ] कथीलआणिजस्त

ब] शिसे आणि जस्त

क] झिंक आणि निकेल

ड] शिसे आणि निकेल

152] गटर, छताचे फ्लॅशिंग, हुड इत्यादी बनवण्यासाठी

अ] गॅल्वनाइज्ड लोह

ब] स्टेनलेस स्टील

क] तांब्याचे पत्र

ड] धातूची पत्रके

153] दुग्धव्यवसायातील अन्न प्रक्रिया, स्वयंपाकघरातील वस्तू इ

अ] गॅल्वनाइज्ड लोह

ब] <u>स्टेनलेस स्टील</u>

क] तांब्याचे पत्र

ड] धातूची पत्रके

154] बादल्या, हीटिंग डक्ट, कॅबिनेट इत्यादी बनवण्यासाठी

अ] <u>गॅल्वनाइज्ड लोह</u>

ब] स्टेनलेस स्टील

क] तांब्याचे पत्र

ड] धातूची पत्रके

155] कॅनरी आणि रासायनिक वनस्पतींमध्ये मेटल शीट्स

अ] गॅल्वनाइज्ड लोह

ब] <u>स्टेनलेस स्टील</u>

क] तांब्याचे पत्र

ड] धातूची पत्रके

156] मिश्रधातूचे पोलाद, चांगले संक्षारक प्रतिकार आणि सहज वेल्ड

अ] काळे लोखंड

ब] गॅल्वनाइज्ड लोह

क] <u>स्टेनलेस स्टील</u>

ड] ॲल्युमिनियम

157] सर्वात स्वस्त, कोणत्याही इच्छित जाडीवर आणले जाऊ शकते

अ] <u>काळे लोखंड</u>

ब] गॅल्वनाइज्ड लोह

क] स्टेनलेस स्टील

ड] ॲल्युमिनियम

158] तेजस्वी चांदीच्या रूपात गंजापासून प्रतिकार करते

अ] काळे लोखंड

ब] <u>गॅल्वनाइज्ड लोह</u>

क] स्टेनलेस स्टील

ड] ॲल्युमिनियम

159] झपाट्याने खराब होते निळसर काळा

अ] <u>काळे लोखंड</u>

ब] गॅल्वनाइज्ड लोह

क] स्टेनलेस स्टील

ड] ॲल्युमिनियम

160] लेथ चक लावण्यासाठी

अ] हाताने सुरू करा आणि नंतर पॉवर चालू करा

ब] शक्तीने ते माउंट करा

क] हातानेमाउंटकरा

ड] हातोड्याच्या साहाय्याने तो बसवा

lathe chuck Lathe Chuck

लेथ चक

161] उत्पादनानुसार लेथचे किती प्रकार आहेत?

अ] दोन

ब] तीन

क] चार

ड] पाच

162] सेंटर लेथचे किती प्रकार आहेत?

अ] दोन

ब] तीन

क] चार

ड] पाच

163] उत्पादन लेथचे किती प्रकार आहेत?

अ] दोन

ब] तीन

क] चार

ड] पाच

164] रोलर लेथ कोणत्या प्रकारचे लेथ आहे?

अ] बेंच लेथ

ब] स्पेशललेथ

क] उत्पादन लेथ

ड] सेंटर लेथ

lathe lathe machine

लेथ मशीन

165] मोठ्या प्रमाणात उत्पादनासाठी कोणते मशीन वापरले जाते?

अ] सेंटर लेथ

ब] उत्पादनलेथ

क] स्पेशल लेथ

ड] इंजिन लेथ

166] अधिक अचूक कामासाठी कोणता लेथ वापरला जातो?

अ] सेंटर लेथ

ब] स्पेशल लेथ

क] उत्पादन लेथ

ड] टूलरूमलेथ

167] टूल रूम लेथची अचूकता] कॉम्पीअर सेंटर लेथ पर्यंत आहे]

(अ] कमी

(आ.] अधिक

(क] खूप कमी

(ड .) समान

168] लोकोमोटिव्ह असेंबल व्हीलमध्ये एक्सेलसह लेथ चालू आहे

(अ] केंद्र खराद

(ब] टूल रूम लेथ

(क.) चाकाचा लेथ

(ड] गॅप बेड लेथ

169] कास्ट आयरनचा वापर मशीन बेड तयार करण्यासाठी केला जातो कारण -------

अ] तेअधिकसंकुचिततणावाचाप्रतिकारकरूशकते

ब] ते वजनाने जड असते

क] हा स्वस्त धातू आहे

ड] हा एक ठिसूळ धातू आहे

170] खालीलपैकी कोणते ऑपरेशन सेंटर लेथवर करता येत नाही?]

अ] वळणे

ब] धागा कापणे

<u>क] गियरकटिंग</u>

ड] बारीक टर्निंग

171] MS] जॉब चालू करताना कटिंग टूल आणि मटेरियलपासून कोणत्या प्रकारच्या चांगल्या चिप्स तयार होतात?

अ] स्पायरल चिप्स

ब] गोलाकार चिप्स

क] <u>लांबचिप्स</u>

D] सरळ आणि लांब चिप्स

172] सिमेंट कार्बाइड मटेरियल आहे...?

अ] फेरस धातू

ब] <u>नॉन-फेरसधातू</u>

क] मिश्रधातूचे स्टील

ड] नॉन-फेरस मिश्रधातू

173] मँड्रेल्सचा वापर सामान्यतः मशीनिंग करताना केला जातो

अ] भारी कट

ब] <u>शॉर्टफेसिंगकट</u>

क] प्रकाश कट

ड] कंटाळवाणे साधने

174] कार्बाइड टीप टूलसाठी हार्ड मटेरियल चालू करण्यासाठी त्यात...शक्य आहे?

अ] बाजूच्या रेकचा कोन

ब] शून्य रेक कोन

क] सकारात्मक रेक कोन

ड] <u>नकारात्मकरेककोन</u>

175] ....] & ....] आकाराचे काम फॉर्म टर्निंगमध्ये बदलत आहे?

A] साधा आणि V] आकार

ब] चौरस आणि गोल

क] <u>अवतलआणिउत्तल</u>

ड] V आणि फेरी

176] यंत्राच्या वळणाने कोणता भाग तयार होतो?

अ] पाया

ब] पलंग

क] कॅरेज

ड] हाताळते

177] या हेतूने फॉर्म टर्निंग केले ...?

अ] आकर्षकनोकरीसाठी

ब] मोठ्या सामग्री कापण्यासाठी

C] चांगल्या फिनिशिंगसाठी

डी] नोकरीवरील सर्वात लहान कपातीसाठी

178] फॉर्म टर्निंगच्या मोठ्या प्रमाणात उत्पादनासाठी कोणत्या प्रकारचे धातूचे साधन वापरतात?

अ] HSS]

ब] एचसीएस]

क] कार्बाइड

ड] सिमेंटाइट

179] साचा म्हणजे काय?

अ] कटिंग ऑपरेशनपैकी एक

ब] फॉर्म वळणापैकी एक

क] नोकरीचीसमानआकृती

ड] साधनांपैकी एक

180] साचा कोणत्या उद्देशाने वापरतात?

अ] चिन्हांकितआणितपासणीसाठी

ब] थ्रेडिंगसाठी

क] वळण्यासाठी

D] मोजण्यासाठी

181] साचा बनवण्यासाठी कोणते साहित्य वापरले जाते?

A] HCS] प्लेट

ब] विशेष साधन स्टील

क] पितळ किंवा तांबे

d] GI] शीटकिंवा MS] पातळशीट

182] --------------- घटकाचा आकार तपासण्यासाठी वापरला जातो

अ] साचा

ब] स्नॅप गेज

क] वाद्य

ड] साइन बार

183] पाईप टी जॉइंटचे लीक प्रूफ जॉइंट्स बनवण्यासाठी आणि पूर्ण करण्यासाठी वापरल्या जाणाऱ्या साधनाचे नाव सांगा

अ] चर

ब] सेटिंग हातोडा

क] क्रिझिंग हातोडा

ड] गोल तळाचा भाग

184] एका टूलमध्ये चिप ब्रेकर दिलेला आहे

अ] 'हे चिप्सचे लहान तुकडे करतात

ब] लांब कट पासून चिप्स सतत प्रकार असणे

C] चिरलेल्या चिप्स असणे]

185] स्टेप प्रकार चिप ब्रेकर एक आहे

अ] ज्यामध्ये कटिंग काठाच्या मागे एक लहान खोबणी आहे

ब] ज्यामध्ये कटिंग एजच्या बाजूने टूलच्या चेहऱ्यावर एक पायरी आहे

C] ज्यामध्ये एक पातळ कार्बाइड प्लेट किंवा क्लॅम्प टूलच्या तोंडावर ब्रेझ केलेले किंवा स्क्रू केले जाते]

186] साइन बार बनलेला आहे

अ] उच्च कार्बन स्टील

ब] हाय स्पीड स्टील

क] निकेल स्टील

डी] स्थिर क्रोमियम स्टील]

187] साधनासाठी शून्य रेक कोन द्या?

अ] साधनाचे घर्षण टाळण्यासाठी

ब] साधनआयुर्मानवाढवण्यासाठी

क] स्ट्रेट ऑफ टूल वाढवण्यासाठी

ड] कामावर चांगले काम करण्यासाठी

188] सिंगल पॉइंट कटिंग टूल वापरून लीड स्क्रू पिच असलेल्या लेथवर 25 मिमीचा स्क्रू थ्रेड कापण्यासाठी आवश्यक गियर प्रमाण ---- आहे.

अ] १:२

ब] २:१

C] 1:1 मिमी

189] एक टम्बलर गियर युनिट आहे

अ] एकच गियर

ब] दोन गीअर्स

सी] तीनगीअर्स

ड] चार गीअर्स

190] स्लॉटिंग मशीनवर करता येणार नाही असे ऑपरेशन कोणते आहे?

अ] मुख्य मार्ग स्लॉटिंग

ब] डोवेटेल स्लॉटिंग

क] गियर कटिंग

ड] धागाकापणे

191] अ‍ॅक्सेसरीजसह स्लॉटर टेबलला कोणते फीड दिले जाऊ शकत नाही

अ] अनुदैर्ध्य

ब] रोटरी

क] उभा

ड] क्रॉस

slotter machine 3 slotter machine

स्लॉटर m/c

192] स्लॉटरचा आकार त्याच्या कमाल द्वारे निर्दिष्ट केला जातो

अ] सारणीचा रेखांशाचा प्रवास

ब] टेबल आणि रॅममधील उंची

क] टेबलचा क्रॉसवाईज प्रवास

डी] रॅमच्यास्ट्रोकचीलांबी

193] बहिर्वक्र पृष्ठभाग स्लॉट करण्यासाठी, कटिंग टूल आवश्यक आहे

अ] चौकोनी नाकाचे साधन

ब] गोलनाकाचेसाधन

क] मुख्य मार्ग साधन

ड] कोपरा करण्याचे साधन

194] बहिर्वक्र पृष्ठभाग वापरून स्लॉट केले जाऊ शकते

अ] अनुदैर्ध्य खाद्य

ब] रोटरीफीड

क] क्रॉस फीड

ड] उभ्या फीड

195] स्लॉटिंग मशीनमध्ये द्रुत परतावा यंत्रणेचा उद्देश आहे
अ] कापण्याची वेळ कमी करा
ब] जलद रिटर्न स्ट्रोक आहे
सी] मानक कटिंग गती राखणे
D] वेगवाननिष्क्रियस्ट्रोकसहनिष्क्रियवेळकमीकरा
196] स्लॉटिंग मशीनचा मुख्य फीड शाफ्ट ड्राईव्ह बाय आहे
अ] बेव्हल गियर यंत्रणा
B] पावलआणिरॅचेटव्हीलयंत्रणा
सी] टंबलर गियर यंत्रणा
ड] जंत आणि जंत गियर यंत्रणा
197] वसंत ऋतूने भारलेला
अ] साधा किंवा बॉक्स प्रकार साधन धारक
ब] विस्तार साधन धारक
क] रिलीव्हिंगटाईपटूलधारक
ड] फिरवत साधन धारक]
198] सामान्य हेतूच्या कामासाठी
अ] साधाकिंवाबॉक्सप्रकारसाधनधारक
ब] विस्तार साधन धारक
क] रिलीव्हिंग टाईप टूल धारक
ड] फिरवत साधन धारक]
199] 4 पोझिशन्सवर 90° साठी अनुक्रमणिका करण्यास परवानगी देते
अ] साधा किंवा बॉक्स प्रकार साधन धारक
ब] विस्तार साधन धारक
क] रिलीव्हिंग टाईप टूल धारक
D] फिरवतसाधनधारक]
200] मोठ्या मंडळांना स्लॉटिंगसाठी
अ] साधा किंवा बॉक्स प्रकार साधन धारक
ब] विस्तारसाधनधारक
क] रिलीव्हिंग टाईप टूल धारक
ड] फिरवत साधन धारक]
201] रिटर्न स्ट्रोकमध्ये टूल दूर हलवते]
अ] साधा किंवा बॉक्स प्रकार साधन धारक
ब] विस्तार साधन धारक
क] रिलीव्हिंगटाईपटूलधारक

ड] फिरवत साधन धारक]

202] ड्रिल चक मशीनच्या स्पिंडलवर ------ च्या माध्यमातून धरले जातात.

अ] आर्बर

ब] वाहून जाणे

क] ड्रॉ-इन बार

ड] चक नट

203] खालीलपैकी कोणता वापर नियमित वर्कपीस ठेवण्यासाठी केला जातो

अ] फेसप्लेट

ब] मांडेल

c] तीनजबडाचक

ड] चार-जबड्याचा चक

lathe chuck Lathe Chuck

लेथ चक

204] चार जबड्याच्या चकच्या मागील बाजूस असलेल्या धाग्यांमध्ये ----- धाग्यांचे प्रकार असतात.

अ] चौकोन

3] ट्रॅपेझॉइडल

क] V -आकार

ड] यापैकी नाही

205] Knurling ऑपरेशन येथे केले जाते

अ] टर्निंग स्पिंडल वेग

ब] उच्च स्पिंडल गती

C] टर्निंगस्पिंडलगतीचा 1/3

D] टर्निंग स्पिंडल गतीचा 1⁄2

206] Knurling चे ऑपरेशन आहे

अ] कातरणे

ब] निर्मिती

क] वळणे

ड] दाबणे

207] टेलस्टॉक पद्धत ऑफसेट करून टेपर टर्निंग उत्पादन करू शकते

अ] अंतर्गत टेपर

ब] अंतर्गत टेपर धागा

सी] एकबाह्यबारीकबारीकबारीकबारीकतुकडे

डी] बाह्य आणि अंतर्गत दोन्ही टेपर्स

208] टेपर टर्निंग अटॅचमेंट वापरून, टेपर्स वळवता येतात.

अ] 10◦

ब] 15◦

क] 20◦

ड] 30◦

taper turning attachment2 Taper Turning Attachment

टेपर टर्निंग संलग्नक

209] टेपरची अचूकता सामान्यतः याद्वारे तपासली जाते

अ] टेपरगेज

ब] गेज ब्लॉक्स

C] इंडिकेटर आणि उंची गेज

D] 'V' ब्लॉक

210] कंपाऊंड रेस्ट पध्दतीने टॅपर्स वळवणे यात पूर्णपणे काम करणे समाविष्ट आहे

दशांश मोजमाप

B अपूर्णांक मोजमाप

सी मेट्रिक मोजमाप

डीकोनीयमाप]

211] लांब टेपर तयार केले जातात

बारीक टर्निंग संलग्नक सह A

कंपाउंड स्लाइडसह बी

<u>शेपूटस्टॉकप्रतीसेटकरूनसी</u>

डी क्रॉस स्लाइड समायोजित करून]

212] वळलेल्या टेपर्सची लांबी तपासली जाते

<u>एक व्हर्नियर कॅलिपर</u>

बी मायक्रोमीटर

कॅलपरच्या आत सी

डी डायल चाचणी निर्देशक]

213] com] पाउंड स्लाइड वापरून टेपर टर्निंगचे तोटे आहेत

अ] फक्त लांब टेपर फिरवता येतात

ब] फक्त खूप मोठे टेपर वळवले जाऊ शकतात

C] फीडमध्ये फक्त मॅन्युअल शक्य आहे

<u>D] कंपाऊंड स्लाइडच्या निर्बंधांमुळे फक्त लहान टेपर्स चालू करता येतात]</u>

214] बाह्य टेपर्ससह तपासले जातात

अ] मर्यादा प्लग गेज

<u>ब] टेपर रिंग गेज</u>

C] टेपर प्लग गेज

ड] थ्रेड प्लग गेज]

taper ring gauge 1 Ring Gauge

<u>टेपर रिंग गेज</u>

215] लेथ चालू केलेल्या टेपरचा वापर म्हणजे ----

A] एकत्र केलेल्या भागांमध्ये ड्राइव्ह प्रसारित करण्यास मदत करा

ब] भाग एकत्र करण्यासाठी आणि वेगळे करण्यासाठी वापरले जाते

क] एकत्र केलेल्या भागांमध्ये स्वत: चे संरेखन द्या

216] लहान लांबीच्या टेपरच्या उत्पादनाच्या मोठ्या प्रमाणात उत्पादनासाठी कोणत्या पद्धतीचा वापर केला जातो?

<u>अ] फॉर्मटूल</u>

ब] कंपाऊंड स्लाइड

क] टेलस्टॉक ऑफसेट

ड] टेपर टर्निंग संलग्नक

217] मोर्स स्टँडर्ड टेपर हे आंतरराष्ट्रीय स्तरावर स्वीकृत मानक टेपरपैकी एक आहे, जे -------- वरून उपलब्ध आहे.

अ]१ ते ७

ब]१ ते ८

<u>क] ओते 7</u>

ड] 0 ते 8

218] स्टीप टेपर कापण्यासाठी कोणती टेपर टर्निंग पद्धत वापरली जाते?

अ] सेट ओव्हर पद्धत

ब] टेपर टर्निंग संलग्नक

क] फॉर्म टूल

<u>ड] कंपाऊंडविश्रांतीफिरवणे</u>

219] मोर्स टेपर खालीलपैकी कोणत्या मशीनच्या घटकांमध्ये वापरला जातो -

अ] लेथचे स्पिंडल्स

ब] ड्रिल मशीनचे स्पिंडल्स

क] रीमरच्या शेंड्या

<u>ड] हेसर्व</u>

220] टेपरच्या मोठ्या प्रमाणात उत्पादनासाठी खालीलपैकी कोणती पद्धत वापरली जाते]

अ] टेलस्टॉक ऑफसेट पद्धत

ब] टेपर टर्निंग संलग्नक पद्धत

<u>क] फॉर्मखूपपद्धत</u>

ड] कंपाऊंड स्लाइड पद्धत

221] टेपरचा प्रमुख व्यास 40 मिमी आहे, किरकोळ व्यास 30 मिमी आहे] कामाची एकूण लांबी 100 मिमी आहे आणि नंतर ऑफसेट द्वारे दिले जाते -

<u>अ] 5 मि.मी</u>

ब] 75 मिमी

क] 12 मिमी

ड] 9 मि.मी

sine bar 1 Sine Bar

साइन बार

222] साइन बार बनलेला आहे

अ] उच्च कार्बन स्टील

ब] हाय स्पीड स्टील

क] निकेल स्टील

<u>डी] स्थिर क्रोमियम स्टील]</u>

223] साठी साइन बार वापरला जातो

अ] ड्रिलिंगसाठी काम समतल करणे

<u>ब] टेपर जॉबचा कोन शोधणे</u>

क] छिद्रांचा व्यास मोजणे

डी] धाग्याचे प्रोफाइल तपासत आहे]

224] साइन बारची लांबी हे दरम्यानचे अंतर आहे

अ] साइन बारच्या एका टोकापासून दुसऱ्या टोकापर्यंत

ब] साइन बारची कर्णरेषा क्रॉस लांबी

<u>C] रोलर्स दरम्यान मध्यभागी मध्यभागी</u>

ड] रोलर्सच्या दरम्यान बाहेरून बाहेरून]

225] साइन बारचा आकार त्याच्याद्वारे निर्दिष्ट केला जातो

अ] वजन

ब] रुंदीचे मोजमाप

<u>क] लांबी</u>

डी] सेटिंगचा कमाल कोन]

226]साइन बारच्या एका टोकाला स्टॉपर प्रदान करण्याचा उद्देश आहे

अ] सुलभ हाताळणी

<u>ब] काम घसरण्यापासून रोखणे]</u>

C] स्लिप गेजला आधार देणे

डी] सेटिंग करताना संदर्भ म्हणून वापरणे]

227] एक साइन बार त्याच्या शरीरावर चार किंवा पाच समान अंतराच्या छिद्रांसह बनविला जातो] या छिद्रांचा उद्देश आहे

<u>अ] साइनबारसहजहाताळा</u>
ब] सिन बारचे वजन कमी करा
C] साइन बारच्या वरच्या पृष्ठभागाच्या विकृतीला प्रतिबंध करा
ड] साइन बारला चांगले स्वरूप द्या
228] साठी साइन बार वापरला जातो
अ] छिद्रांचा व्यास मोजणे '
<u>ब] टेपरजॉबचाकोनशोधणे</u>
क] ड्रिलिंगसाठी काम समतल करणे
ड] थ्रेडचे प्रोफाइल चक्किंग

slip gauge 1 Slip Gauge

स्लिप गेज

229] साइन बार वापरून कोन मोजण्यासाठी स्लिप गेजची उंची आणि
<u>अ] साइनबारचीउंची</u>
ब] नंबर स्लिप गेज
क] साइन बारची लांबी
ड] साइन बारची रुंदी
230] ----------- 1 च्या अचूकतेमध्ये कोन तपासण्यासाठी वापरला जातो]
अ] गेज
<u>ब] साइनबार</u>
क] मंदिर
ड] दुर्बिणीसंबंधीचा गेज
231] संपर्क रोलर्सची मध्यवर्ती रेषा आणि साइन बार असल्यास डेटाम पृष्ठभाग
अ] समान ओळ '''
<u>ब] समांतर</u>
क] कललेला
ड] लंब
232] साइन बार बनलेला आहे -
अ] उच्च कार्बन स्टील

ब] स्थिरक्रोमियमस्टील'

क] हाय स्पीड स्टील

ड] Nicked स्टील

233] वर्क पीसचा कोन अचूकपणे तपासण्यासाठी l=200 मिमी लांबीचा साइन बार वापरला जातो] तपासायचा कोन: 250 स्लिप गेजची उंची 'h' काढा?

अ] 8454 मिमी

ब] 8352 मिमी

क] 8181 मिमी

ड] 8552 मिमी

234] खालीलपैकी कोणते विधान बरोबर आहे?'

अ] आकारतपासण्यासाठीगेजवापरलेजातात

ब] आकार चक करण्यासाठी टेम्पलेट वापरतात

क] आकार मोजण्यासाठी गेज वापरतात

D] घटकाचा आकार तपासण्यासाठी गेज वापरतात

235] विभागात कोणत्या मानक तापमानावर गेज ठेवले जातात?

अ] 100 क

ब] 20° से

क] 100 फॅ

ड] 20° फॅ

236] वर्कशॉपमध्ये सामान्यतः कोणत्या ग्रेडचा स्लिप गेज वापरला जातो?

A] ग्रेड 0

ब] ग्रेड एल

क] ग्रेड एच

ड] ग्रेड 0

237] भारतीय मानकांनुसार एक विशेष सेट गेज वापरला जातो

अ] 81 तुकडे

ब] 112 तुकडे

क] 120 तुकडे

ड] 130 तुकडे

238] संदर्भ गेजची अचूकता आहे

A] 005 मिमी

ब] 001 मिमी

C] 0001]

ड] 00001 मिमी

239] स्लिप गेजवर मुंग्याचे बुरखे असल्यास, ते काढून टाकले पाहिजे

अ] भरणे

<u>ब] लॅपिंग</u>

क] खरवडणे

ड] दळणे

240] स्लिप गेजची कठोरता असावी?

<u>A] 63 HRC पेक्षाजास्त</u>

ब] 58 HRC

C] 55 HRC

ड] 50 HRC

२४१]------------ स्लिप गेजचा वापर 001 मिमीच्या अचूकतेमध्ये घटक तपासण्यासाठी केला जातो.

<u>अ] कार्यशाळेचेगेज</u>

ब] तपासणी मापक

क] संदर्भ गेज

ड] रिंग गेज

242], ------------ अचूक साधनाची अचूकता तपासण्यासाठी वापरले जाते]

<u>अ] गेजब्लॉक</u>

ब] फॅडर गेज

क] साइन बार

ड] प्लग गेज

243] अचूकता सुनिश्चित करण्यासाठी वापरण्यापूर्वी स्लिप गेज साफ केले जातात] या उद्देशासाठी तुम्ही कोणते माध्यम वापराल

अ] तेल

ब] पातळ

<u>C] कार्बनटेट्राक्लोराईड / पांढरेपेट्रोल</u>

ड] टर्पेन्टाइन तेल

244]समान घटकांची मितीय अचूकता तपासण्यासाठी, डायल टेस्ट इंडिकेटर सेट केला जातो-टी 6 आकारासाठी आणि तुलनाकर्ता म्हणून वापरला जातो] डायल टेस्ट इंडिकेटर सेट करण्यासाठी तुम्ही काय वापराल?

A] डायल टेस्ट इंडिकेटर

ब] टीटर गेज

<u>क] स्लिपगेज</u>

डी], पृष्ठभाग गेज

245] साइन बारबद्दल खालीलपैकी कोणते विधान बरोबर नाही?

अ] दोन्ही बाजूला ठेवलेले टो प्रिसिजन रोलर्स वापरतात

ब] क्रोमियम स्टीलचे बनलेले

क] पृष्ठभाग लॅप केलेला आहे

<u>D] छिद्रांचीमध्यरेषावरच्यापृष्ठभागाकडेझुकलेलीअसेल</u>

246] स्लिप गेज म्हणजे -----------

<u>अ] आयताकृतीब्लॉक</u>

ब] चौरस ब्लॉक

क] घन ब्लॉक

247] स्लिप गेजच्या चौथ्या मालिकेत, 46 तुकड्यांमध्ये खालीलपैकी कोणती श्रेणी बरोबर आहे

<u>अ] 10 ते 90 मि.मी</u>

ब] 1001 101009 मिमी

क] 101 ते 109 मि.मी

D]‘11’ते_-19 मिमी

248] स्लिप गेजच्या 5व्या मालिकेत, 46 तुकड्यांमध्ये खालीलपैकी कोणती श्रेणी बरोबर आहे –

<u>अ] 100 ते 100 मि.मी.‘</u>

ब] 1001 ते 1009 मिमी

C] 101 ते 009mrn

ड] 11 ते 9 मि.मी

249] स्लिप गेजच्या 2NDS मालिकेत, 45 तुकड्यांच्या सेटमध्ये खालीलपैकी कोणती श्रेणी योग्य आहे-

अ] 10 ते 90 मि.मी

ब] 1001 ते 1] 009 मि.मी

<u>क] 101 ते 109 मि.मी</u>

ड] 11 ते 19 मि.मी

250] स्लिप गेजच्या 3RD मालिकेत, 46 तुकड्यांमध्ये खालीलपैकी कोणती श्रेणी बरोबर आहे –

अ] 100 ते 100 मि.मी

ब] 1001 ते 1009 मिमी

क] 101 ते 109 मि.मी

<u>ड] 11 ते 19 मि.मी</u>

251] स्लिप गेजच्या 1ल्या मालिकेत, 46 तुकड्यांमध्ये खालीलपैकी कोणती श्रेणी बरोबर आहे –

अ] 0001 मिमी

ब] 001 मिमी

क] 01 मि.मी

ड] 10 मि.मी

252] स्लिप गेजच्या 2nd SERIES मध्ये, 46 तुकड्यांच्या सेटमध्ये खालीलपैकी कोणते STEP बरोबर आहे –

अ] 0001 मिमी

ब] 001 मिमी

क] 01 मिमी

ड] 1-0 मि.मी

253] स्लिप गेजच्या तिसऱ्या मालिकेत, 46 तुकड्यांमध्ये खालीलपैकी कोणते STEP बरोबर आहे

अ] 0001 मिमी

ब] 001 मिमी

क] 01 मिमी

ड] 10 मि.मी

254] स्पिंडल वर्क टेबलला लंब असतो

अ] क्षैतिज दळणे मशीन

ब] उभ्यामिलिंगमशीन

C] युनिव्हर्सल मिलिंग मशीन]

ड] लेथ मशीन

255] टेबल आडव्या समतल फिरवता येते

अ] क्षैतिज दळणे मशीन

ब] उभ्या मिलिंग मशीन

C] युनिव्हर्सलमिलिंगमशीन]

ड] लेथ मशीन

256] स्पिंडल वर्क टेबलला क्षैतिज आहे

अ] क्षैतिजदळणेमशीन

ब] उभ्या मिलिंग मशीन

C] युनिव्हर्सल मिलिंग मशीन]

ड] लेथ मशीन

257] कठोर, बळकट आणि जड काम सामावून घेणारे

अ] <u>क्षैतिजदळणेमशीन</u>
ब] उभ्या मिलिंग मशीन
C] युनिव्हर्सल मिलिंग मशीन]
ड] लेथ मशीन
258] या मशिनवर बोरिंग, की-वे कटिंग, प्रोफाईल मिलिंग करता येते
अ] क्षैतिज दळणे मशीन
ब] <u>उभ्यामिलिंगमशीन</u>
C] युनिव्हर्सल मिलिंग मशीन]
ड] लेथ मशीन
259] या मशीनवर हेलिकल ग्रूव्ह आणि गीअर्स मिल्ड करता येतात
अ] क्षैतिज दळणे मशीन
ब] उभ्या मिलिंग मशीन
C] <u>युनिव्हर्सलमिलिंगमशीन</u>]
ड] लेथ मशीन
260] स्तंभावरील स्लाइड हालचाल
अ] अनुदैर्ध्य खाद्य
ब] क्रॉस फीड
क] <u>उभ्याफीड</u>
ड] परिपत्रक फीड]
261] गुडघ्यावर स्लाइड हालचाल
अ] अनुदैर्ध्य खाद्य
ब] <u>क्रॉसफीड</u>
क] उभ्या फीड
ड] परिपत्रक फीड]
262] रोटरी टेबल
अ] अनुदैर्ध्य खाद्य
ब] क्रॉस फीड
क] उभ्या फीड
D] <u>परिपत्रकफीड</u>]
263] टेबल ट्रॅव्हर्स]
अ] <u>अनुदैर्ध्यखाद्य</u>
ब] क्रॉस फीड
क] उभ्या फीड
ड] परिपत्रक फीड]

264] कटरच्या अक्षाला लंब पृष्ठभाग तयार करते

अ] फेसमिलिंगप्रक्रियाआहे

ब] साइड मिलिंग प्रक्रिया आहे

C] ही साधी मिलिंग प्रक्रिया आहे

डी] ही एंड मिलिंग प्रक्रिया आहे

265] मशीन आर्बरला लंबवत उभ्या आणि सपाट पृष्ठभाग तयार करतात

अ] फेस मिलिंग प्रक्रिया आहे

ब] साइडमिलिंगप्रक्रियाआहे

C] ही साधी मिलिंग प्रक्रिया आहे

डी] ही एंड मिलिंग प्रक्रिया आहे

266] स्लॉट बनवण्यासाठी शेवटी आणि परिघावर कटिंग केले जाते

अ] फेस मिलिंग प्रक्रिया आहे

ब] साइड मिलिंग प्रक्रिया आहे

C] ही साधी मिलिंग प्रक्रिया आहे

डी] हीएंडमिलिंगप्रक्रियाआहे

267] साध्या मिलिंग मशीनवर प्रक्रिया केली जाते

अ] फेस मिलिंग प्रक्रिया आहे

ब] साइड मिलिंग प्रक्रिया आहे

C] हीसाधीमिलिंगप्रक्रियाआहे

डी] ही एंड मिलिंग प्रक्रिया आहे

268] उभ्या मिलिंग मशीनवर प्रक्रिया केली जाते

अ] फेसमिलिंगप्रक्रियाआहे

ब] साइड मिलिंग प्रक्रिया आहे

C] ही साधी मिलिंग प्रक्रिया आहे

डी] ही एंड मिलिंग प्रक्रिया आहे

269] कोबाल्ट टंगस्टन कार्बाइड आणि टेंटलम कार्बाइडची रचना

अ] कार्बन स्टील कटर

ब] सिंटर्डकार्बाइडटूलकटर

क] सिरॅमिक्स कटर

ड] डायमंड कटर

milling cutters milling cutter

दळणे कटर

270] ॲल्युमिनियम आणि सिलिकॉन किंवा मॅग्नेशियमच्या ऑक्साईडची रचना

अ] कार्बन स्टील कटर

ब] सिंटर्ड कार्बाइड टूल कटर

क] सिरॅमिक्सकटर

ड] डायमंड कटर

271] 11% ते 15% कार्बन असलेले स्टील

अ] कार्बनस्टीलकटर

ब] सिंटर्ड कार्बाइड टूल कटर

क] सिरॅमिक्स कटर

ड] डायमंड कटर

272] कमी कटिंग गती आणि फीड दरांसाठी योग्य

अ] कार्बनस्टीलकटर

ब] सिंटर्ड कार्बाइड टूल कटर

क] सिरॅमिक्स कटर

ड] डायमंड कटर

273] अचूक फिनिशिंगसाठी कमी फीड दरासह अत्यंत उच्च कटिंग गती]

अ] कार्बन स्टील कटर

ब] सिंटर्ड कार्बाइड टूल कटर

क] सिरॅमिक्स कटर

ड] डायमंडकटर

274] निसर्गात अधिक ठिसूळ

अ] कार्बन स्टील कटर

ब] सिंटर्ड कार्बाइड टूल कटर

क] सिरॅमिक्स कटर

ड] डायमंडकटर

275] रीमरवर बासरी कापण्यासाठी वापरला जातो

अ] समान दुहेरी कोन कटर

ब] बोर टाईप सिंगल अँगल कटर

C] असमानदुहेरीकोनकटर

ड] शँक प्रकार सिंगल अँगल कटर]

276] क्षैतिज मिलिंग मशीनवर डोव्हटेल मार्गदर्शक मार्ग कापण्यासाठी वापरले जाते

अ] समान दुहेरी कोन कटर

ब] बोर टाईप सिंगल अँगल कटर

C] असमान दुहेरी कोन कटर

ड] शँकप्रकारसिंगलअँगलकटर]

277] 'V' चर कापण्यासाठी वापरला जातो

अ] समानदुहेरीकोनकटर

ब] बोर टाईप सिंगल अँगल कटर

C] असमान दुहेरी कोन कटर

ड] शँक प्रकार सिंगल अँगल कटर]

278] टाईप 'A' असे दोन प्रकार आहेत, लहान टोकाच्या व्यासावर आधारित 'B' टाइप करा.

अ] समान दुहेरी कोन कटर

ब] बोर टाईप सिंगल अँगल कटर

C] असमान दुहेरी कोन कटर

ड] शँकप्रकारसिंगलअँगलकटर]

279] दोन कोनांचा उल्लेख करून निर्दिष्ट केले आहे

अ] समान दुहेरी कोन कटर

ब] बोर टाईप सिंगल अँगल कटर

C] असमानदुहेरीकोनकटर

ड] शँक प्रकार सिंगल अँगल कटर]

280] सपाट बाजूला कटिंग कडा असू शकतात किंवा नसू शकतात]

अ] समान दुहेरी कोन कटर

ब] बोरटाईपसिंगलअँगलकटर

C] असमान दुहेरी कोन कटर

ड] शँक प्रकार सिंगल अँगल कटर]

281] उभ्या दळणे संलग्न

अ] फेसमिलिंग, बोरिंग, एंडड्रिलिंग, 'टी' स्लॉटमिलिंग

ब] लांब मिलिंग रॅक मिलिंग

C] स्तंभाच्या चेहऱ्यावर किंवा ओव्हर आर्मवर आरोहित

ड] अनुलंब मिलिंग संलग्नक प्रदान केले आहे

milling attachment 1 Milling Attachment

दळणे संलग्नक

282] उभ्या मिलिंग मशीन म्हणून साध्या किंवा युनिव्हर्सल मिलिंग मशीनचा वापर करण्यासाठी

अ] फेस मिलिंग, बोरिंग, एंड ड्रिलिंग, 'टी' स्लॉट मिलिंग

ब] लांब मिलिंग रॅक मिलिंग

C] स्तंभाच्या चेहऱ्यावर किंवा ओव्हर आर्मवर आरोहित

ड] <u>अनुलंबमिलिंगसंलग्नकप्रदानकेलेआहे</u>

283] अनुलंब संलग्नक क्षैतिज मिलिंग मशीन कार्य करण्यास सक्षम करतात

अ] <u>फेसमिलिंग, बोरिंग, एंडड्रिलिंग, 'टी' स्लॉटमिलिंग</u>

ब] लांब मिलिंग रॅक मिलिंग

C] स्तंभाच्या चेहऱ्यावर किंवा ओव्हर आर्मवर आरोहित

ड] अनुलंब मिलिंग संलग्नक प्रदान केले आहे

284] रॅक मिलिंग संलग्नक आणि रॅक इंडेक्सिंग संलग्नक यासाठी वापरले जाते

अ] फेस मिलिंग, बोरिंग, एंड ड्रिलिंग, 'टी' स्लॉट मिलिंग

ब] <u>लांबमिलिंगरॅकमिलिंग</u>

C] स्तंभाच्या चेहऱ्यावर किंवा ओव्हर आर्मवर आरोहित

ड] अनुलंब मिलिंग संलग्नक प्रदान केले आहे

285] स्लॉटिंग अटॅचमेंट स्पिंडलच्या रोटरी गतीमध्ये रूपांतरित करते

अ] अनुलंब मिलिंग संलग्नक प्रदान केले आहे

B] 90x मधून दोन्ही दिशेने वळता येते

C] मशीनची अष्टपैलुत्व वाढवण्यासाठी

डी] <u>परस्परगतीमध्ये</u>

286] मिलिंग संलग्नक डिझाइन केले आहेत]

अ] अनुलंब मिलिंग संलग्नक प्रदान केले आहे

B] 90x मधून दोन्ही दिशेने वळता येते

C] मशीनचीअष्टपैलुत्ववाढवण्यासाठी

डी] परस्पर गतीमध्ये

287] संलग्नक उपयुक्त आहे ज्यामध्ये प्रकाश मशीनिंग समाविष्ट आहे

अ] गियरकटिंगसंलग्नक

ब] गोलाकार वळण संलग्नक

क] आसक्ती दूर करणे]

ड] वरीलपैकी नाही

gears gears

गियर

288] टूल अॅडव्हान्समेंट] कॅम प्रोफाइलद्वारे नियंत्रित केले जाते

अ] गियर कटिंग संलग्नक

ब] गोलाकार वळण संलग्नक

क] संलग्नकमुक्तकरणे]

ड] वरीलपैकी नाही

289] स्प्लाइन्स इत्यादी कापण्यासाठी उपयुक्त

अ] गियरकटिंगसंलग्नक

ब] गोलाकार वळण संलग्नक

क] आसक्ती दूर करणे]

ड] वरीलपैकी नाही

290] कामाच्या तुकड्यांवर शीतलक वापरून आपण निवडू शकतो

अ] उच्चकटिंगगती

ब] कमी कटिंग फीड

क] कमी कटिंग गती

ड] कटांची भारी खोली

291] एक्स्ट्रीम प्रेशर अॅडिटीव्ह (EPA] कटिंग फ्लुइडमध्ये मिसळले जाते ज्यामुळे त्याची शक्ती सुधारते.

अ] थंड करणे

ब] स्नेहन

ड] मशीन केलेल्या पृष्ठभागाचे उत्पादन

क] कटिंग झोनची स्वच्छता

292] मशीन टूल्समध्ये वंगण वापरण्याचा मुख्य उद्देश ------ आहे.

अ] बनवण्याचे भाग थंड करा

ब] मशीन टूल गरम होण्यापासून प्रतिबंधित करा

C] जवळच्या संपर्कासाठी बनवण्याचे भाग ओले करा

<u>ड] बनवणाऱ्याभागांमधीलघर्षणकमीकरा</u>

293] प्रतिबंधात्मक देखभाल आहे

अ] देखभालीमध्ये संवेदनशील उपकरणे वापरणे समाविष्ट असते

ब] देखभाल साधारणपणे ऑपरेटर स्वतः करतो

क] मशीन खराब झाल्यावरच काम चालते

<u>ड] अनपेक्षितब्रेकडाउनकमीकरण्यासाठीयोजना</u>

294] ब्रेक डाउन मेंटेनन्स म्हणजे काय?

अ] अनपेक्षित ब्रेकडाउन कमी करण्यासाठी देखभाल

ब] देखभाल साधारणपणे ऑपरेटर स्वतः करतो

क] देखभालीमध्ये जीर्ण झालेले भाग बदलणे समाविष्ट आहे

<u>ड] दुरूस्तीचेकामफक्तमशीनमध्येबिघाडझाल्यावरचचालते</u>

295] नियमित देखभाल --------- आहे

अ] अनपेक्षित ब्रेकडाउन कमी करण्यासाठी नियोजित देखभाल केली जाते

ब] या प्रकारच्या देखभालीमध्ये संवेदनशील उपकरणाचा वापर समाविष्ट असतो

C] हे दुरूस्तीचे काम फक्त मशीनमध्ये बिघाड झाल्यावरच केले जाते

<u>ड] याप्रकारचीदेखभालसामान्यतःऑपरेटरस्वतःकरतो</u>

296] वंगण आवश्यक आहे

<u>अ] कमीतकमीभारघेऊनमशीनसुरळीतचालवा</u>

ब] यंत्र लवकर चालवा

क] मशीन ताबडतोब थांबवा

ड] अधिक अचूकतेचा कार्य भाग तयार करा

297] मशीन टूल्समध्ये स्नेहक वापरण्याचा मुख्य उद्देश ------ आहे.

अ] बनवण्याचे भाग थंड करा

ब] मशीन टूल गरम होण्यापासून प्रतिबंधित करा

C] जवळच्या संपर्कासाठी बनवण्याचे भाग ओले करा

<u>ड] बनवणाऱ्याभागांमधीलघर्षणकमीकरा</u>

298] स्क्रूची 5 मिमी पिच आणि 40 : 1 चे विभाजन गुणोत्तर असलेले मिलिंग मशीनचे शिसे काय आहे

A] 025 मिमी

ब] 5 मि.मी

क] 8 मिमी

ड] 200 मिमी

299] रॅक मिलिंग संलग्नक आणि रॅक इंडेक्सिंग संलग्नक यासाठी वापरले जाते

अ] फेस मिलिंग, बोरिंग, एंड ड्रिलिंग, 'टी' स्लॉट मिलिंग

ब] लांबमिलिंगरॅकमिलिंग

C] स्तंभाच्या चेहऱ्यावर किंवा ओव्हर आर्मवर आरोहित

ड] अनुलंब मिलिंग संलग्नक प्रदान केले आहे

indexing head Indexing Head Mechanism

अनुक्रमणिका डोके

300] निर्देशांकाच्या जलद पद्धतीसाठी वापरला जातो

अ] डायरेक्टइंडेक्सिंगहेड

ब] साधे इंडेक्सिंग हेड

C] युनिव्हर्सल इंडेक्सिंग हेड

ड] वरीलपैकी नाही

301] जेथे मोठ्या संख्येने एकसारखे तुकडे अनुक्रमित केले जातात तेथे वापरले जाते

अ] डायरेक्टइंडेक्सिंगहेड

ब] साधे इंडेक्सिंग हेड

C] युनिव्हर्सल इंडेक्सिंग हेड

ड] वरीलपैकी नाही

302] डिफरेंशियल इंडेक्सिंगसाठी गियर्सच्या अनेक बदलांसह वापरले जाते]

अ] डायरेक्ट इंडेक्सिंग हेड

ब] साधे इंडेक्सिंग हेड

C] युनिव्हर्सलइंडेक्सिंगहेड

ड] वरीलपैकी नाही

303] ------------------ वरून बनवलेली ग्राइंडिंग व्हील्स सर्वात सामान्य आहेत कारण त्याच्या मुक्त आणि थंड कटिंग क्रियेमुळे]

<u>अ] ॲल्युमिनियमऑक्साईड</u>

ब] सिलिकॉन ऑक्साईड

C] अमोनियम ऑक्साईड

डी] कार्बाइड]

304] खालीलपैकी कोणता अपघर्षक बहुधा धातू नसलेल्या वस्तू कापण्यासाठी चाके कापण्यासाठी वापरला जातो?

अ] ॲल्युमिनियम ऑक्साईड

<u>ब] सिलिकॉनकार्बाइड</u>

क] हिरा

ड] वरीलपैकी नाही

305] कोणत्या अपघर्षक कणासाठी वापरला जातो

Grinding wheels 1 bench grinder-wheel

ग्राइंडिंग व्हील

टंगस्टन कार्बाइड साधन घाला?

<u>अ] सिलिकॉनकार्बाइड</u>

ब] ए|२०३

क] हिरा

ड] कोरंडम

306] खालीलपैकी कोणते नैसर्गिक अपघर्षक आहे?

अ] ॲल्युमिनियम ऑक्साईड

ब] सिलिकॉन

C] बोरॉन कार्बाइड

<u>ड] कोरंडम</u>

307] खालीलपैकी कोणते उत्पादित अपघर्षक आहे?

अ] कॉरंडम]

ब] क्वाट्र्ज

<u>क] सिलिकॉन</u>

ड] एमरी

308] स्टील फिटिंग पीसण्यासाठी कोणता अपघर्षक कण वापरला जातो?

अ] सिलिकॉन कार्बाइड

<u>ब] ॲल्युमिनियमऑक्साईड</u>

क] हिरा]

ड] बोरॉन ऑक्साईड

309] कॉंक्रीटचे दगड आणि गवंडी कापण्यासाठी चाकाच्या कोणत्या प्रकारचे अपघर्षक कट वापरावे?

अ] सिलिकॉन

ब] Al203

<u>क] डायमंडग्रिट</u>

ड] काच

310] ॲल्युमिनियम ऑक्साईड चाक पीसण्यासाठी वापरले जाते ------------

अ] कास्ट लोह

ब] सिमेंट कार्बाइड

<u>क] HSS’</u>

ड] सिरॅमिक

311] टिप केलेल्या उपकरणाच्या ऑफहॅंड ग्राइंडिंगसाठी योग्य डायमंड व्हीलचा बंध आहे

अ] रेझिनोइड

ब] विट्रिफाइड

क] शेलॅक

<u>ड] धातू</u>

312] खालीलपैकी कोणते बंध सर्रास वापरले जातात?

<u>अ] विट्रिफाइडबॉण्ड‘</u>

ब] रबर बंध

क] शेलॅक बॉंड

ड] सिलिकेट बंध

313] रेझिनोइड बॉंडसाठी पारंपारिकपणे वापरले जाणारे चिन्ह ~~~~~~~~ आहे

अ] वि

ब] आर फ

<u>क] बी</u>

ड] इ

314] ग्राइंडिंग सराव मध्ये "ग्रेड ऑफ व्हील" या शब्दाचा संदर्भ ---------' आहे.

अ] वापरलेल्या अपघर्षकाची कडकपणा

<u>ब] चाकाच्याबंधाचीताकद</u>

C] चाक 0f समाप्त करा

ड] कामाच्या तुकड्यांची कडकपणा

315] चाके कापण्यासाठी कोणते बंधन वापरले जाते?

अ] रबर

ब] विट्रिफाइड

<u>क] Resirjoid</u>

ड] शेलॅक

316] ग्राइंडिंग व्हीलची कडकपणा ---------- द्वारे निर्धारित केली जाते.

<u>अ] ग्राइंडिंगस्ट्रेसविरुद्धबॉण्डद्वारेकेलेलाप्रतिकार</u>

ब] अपघर्षक धान्यांची कडकपणा

क] बंधनाची कडकपणा

ड] आत प्रवेश करण्याची क्षमता

317] अत्यंत वेगाने ग्राइंडिंग व्हील सुरक्षितपणे चालवणे आवश्यक असते तेव्हा कोणता बंध वापरावा? "

अ] विट्रिफाइड

ब] शेलॅक

क] सिलिकेट

<u>D] रेझिनोइड' आणिरबर</u>

318] पृष्ठभाग ग्राइंडिंगमध्ये सामान्य उद्देशाच्या पृष्ठभागाच्या ग्राइंडिंगसाठी ग्राइंडिंग व्हीलच्या धान्य आकाराची योग्य श्रेणी कोणती आहे?

अ] 20 ते 36

<u>ब] 46 ते 60</u>

क] 80 ते 120

ड] 150 ते 300

319] भारतीय मानकांनुसार, '46' हे धान्य «w] ----- च्या गटात येते.

अ] खडबडीत

<u>ब] मध्यम</u>

क] ठीक आहे

ड] खूप छान

320] ग्राइंडिंग व्हीलमध्ये वापरल्या जाणाऱ्या ॲब्रेसिव्हचा आकार सामान्यतः ---------- द्वारे निर्दिष्ट केला जातो.

अ] कडकपणा क्रमांक

ब] चाकाचा आकार

क] अपघर्षकाची मऊपणा किंवा कडकपणा

<u>ड] जाळीक्रमांक</u>

321] बेंच ग्राइंडरचा वापर केला जातो

अ] हेवी ड्युटी काम

ब] जड आणि हलके काम

<u>क] लाईटड्युटीकाम</u>

ड] साबणाचे काम

322] बेंच ग्राइंडर ए वर बसवले जातात

अ] पाया

<u>ब] तक्ता]</u>

क] व्हील गार्ड

ड] कन्व्हेयर

323] खालीलपैकी कोणते सर्वात जास्त वापरले जाणारे प्रिसिजन ग्राइंडिंग मशीन आहे?

अ] पृष्ठभाग ग्राइंडर

ब] टूल कटर ग्राइंडर

क] दंडगोलाकार ग्राइंडर

<u>ड] हेसर्व</u>

324] पृष्ठभाग ग्राइंडिंग मशीन टेबल ---------- वर स्लाइड करते

अ] 'टी' __ ५०:

<u>ब] 'v' स्लॉट</u>

क] 'यू' स्लॉट

डी] रेडियल स्लॉट

325] पृष्ठभाग ग्राइंडरचा उद्देश आहे

अ] वक्र पृष्ठभाग तयार करा

<u>ब] सपाटपृष्ठभागतयारकरा</u>

C] बेलनाकार पृष्ठभाग तयार करा

ड] असमान पृष्ठभाग तयार करा

326] उत्पादित दंडगोलाकार दळणे असू शकते

<u>अ] साधा, सिलेंडरआणिस्टेप्ड</u>

ब] प्लॅन, टॅपर्ड आणि सिलेंडर

C] सिलेंडर, टॅपर्ड आणि स्टेप केलेले

327] मिलिंग कटरला तीक्ष्ण करण्यासाठी टूल आणि कटर ग्राइंडरवर कोणत्या प्रकारचे ग्राइंडिंग व्हील वापरले जाते?

अ] सरळ कप चाक

ब] भडकणारेकपचाक

क] डिश चाक

ड] बशी चाक

328] मुख्यतः मिलिंग कटर आणि रीमर धारदार करण्यासाठी टूल आणि कटर ग्राइंडरवर वापरले जाते

अ] सरळ कप

ब] हॅरींगकप

क] ताट

D] दोन्ही बाजूंनी recessed

329] कटर ग्राइंडिंगसाठी डायमंड व्हील वापरताना, चाकाचा वेग 1600/मिमी असण्याची शिफारस केली जाते] कटची खोली किती असावी?

अ] 0005-0025 मिमी

ब] 0025-004 मिमी

C] 004-005 मिमी

ड] 005-005 मिमी

330] खालीलपैकी अचूक ग्राइंडिंग मशीन कोणते आहे?

अ] पेडेस्टल ग्राइंडिंग मशीन

C] दंडगोलाकारपृष्ठभागआणिटूलआणिकटरग्राइंडिंगमशीन

ब] बेंच ग्राइंडिंग मशीन

ड] हात पीसण्याचे यंत्र

331] टूल आणि कटर ------------- द्वारे पुन्हा आकार दिला जातो

अ] पृष्ठभाग पीसण्याचे यंत्र

ब] टूलआणिकटरग्राइंडिंगमशीन

क] दंडगोलाकार ग्राइंडिंग मशीन

ड] रोटरी ग्राइंडिंग मशीन

332] टूल आणि कटर ग्राइंडरच्या भागाचे नाव सांगा ज्यावर व्हील हेड बसवले जात आहे]

अ] पाया

ब] खोगीर

क] स्तंभ

ड] तक्ता

333] सदोष केंद्र छिद्रांमुळे त्रुटी ------- च्या ऑपरेशनद्वारे दूर केली जाते.

अ] पृष्ठभाग ग्राइंडर

ब] मध्यभागीकमीग्राइंडर

क] टूल आणि कटर ग्राइंडर

ड] दंडगोलाकार ग्राइंडर

334] मध्यभागी कमी दळणे, कामाचा तुकडा ----- वर राहतो

अ] चकचे केंद्र

ब] फेस प्लेट

सी] विश्रांतीब्लेड

ड] यांपैकी अली

335] खालीलपैकी कोणता केंद्र ग्राइंडिंगचा फायदा नाही?

अ] लोडिंग आणि अनलोडिंग दरम्यान वॉय पीसची सुलभ हाताळणी

ब] लांब कामाचे तुकडे हाताळणे

क] शाफ्ट आणि ठिसूळ काम दोन्ही हाताळले जाऊ शकते

ड] कमीपीसण्याचावेग

336] सरळ जमिनीचा पृष्ठभाग टूल आणि कटर ग्राइंडरने कापला जातो -----------------

अ] साधे चाक

ब] कपचाक

क] शंकूच्या आकाराचे चाक

ड] डिस्क चाक

337] अनियमित, वक्र, निमुळता, बहिर्वक्र आणि अवतल पृष्ठभाग पीसताना, ग्राइंडर वापरला जातो ~

अ] दंडगोलाकार ग्राइंडर

ब] अंतर्गत ग्राइंडर

क] पृष्ठभाग ग्राइंडर

D] टूलआणिकटरग्राइंडर]

338] कोणत्या प्रकारचे ग्राइंडिंग मशिन उपकरण धार लावण्यासाठी वापरले जाते ते मिलिंग कटर/ड्रिल्स/हॉब्स/ब्रोचेस?

अ] चकणे]

ब] साधनआणिकटर

क] केंद्र कमी

ड] खंडपीठ

339] माइलिंग टूल्स धारदार करण्यासाठी कोणत्या प्रकारचे ग्राइंडिंग मशीन वापरले जाते?

अ] चकणे]

<u>ब] साधनआणिकटर</u>

क] केंद्र कमी

ड] खंडपीठ

340] टूल आणि कटर ग्राइंडरमध्ये मिलिंग कटर पुन्हा तीक्ष्ण करण्यासाठी, कोणते आकाराचे ग्राइंडिंग व्हील योग्य आहे?

A] ग्राइंडिंग व्हीलचा 35 ग्रिट आकार

ब] ग्राइंडिंग व्हीलचा 46 ग्रिट आकार

<u>C] ग्राइंडिंगव्हीलचा 60 ग्रिटआकार</u>

ड] ग्राइंडिंग व्हीलचा 80 ग्रिट आकार

341] 10mm MS प्लेट गॅस कापण्यासाठी ॲसिटिलीन वायूचा दाब...

A] <u>015 kgf/cm2</u>

B] 05 kgf/cm2

C] 10 kgf/cm2

D] 15 kgf/cm2

342] 10 मिमी जाड सौम्य स्टील कापण्यासाठी तुम्ही कोणत्या आकाराच्या कटिंग नोजलची निवड कराल?

अ] 08 मिमी

ब] <u>12 मिमी</u>

क] 16 मिमी

ड] 20 मि.मी

343] उजवीकडील वेल्डिंग तंत्राच्या बाबतीत फिलर रॉडचा कोन आहे...

अ] 10 ते 20◦

ब] 20 ते 30◦

क] <u>30 ते 40◦</u>

ड] 40 ते 50◦

344] गॅस वेल्डिंगच्या उच्च दाब प्रणालीचा एक फायदा म्हणजे...

अ] ते स्वस्त आहे

ब] <u>तेपोर्टेबलआहे</u>

क] ते कमी धोकादायक आहे

ड] यासाठी कुशल वेल्डरची आवश्यकता नाही

345] गॅस रेग्युलेटरचे कार्य आहे...

अ] विविध प्रकारच्या ज्वाला मिळवा

ब] वायू आवश्यक प्रमाणात मिसळा

C] ब्लो पाईपमध्ये वाहणाऱ्या वायूचे प्रमाण बदला

डी] कामाचादबावसेटकरा

346] लॅप फिलेट जॉइंटला उभ्या स्थितीत गॅसद्वारे वेल्डिंगसाठी वेल्डच्या रेषेला खालील पाईपचा कोन किती असावा?

अ] 30◦ ते 40◦

ब] 45◦ ते 50◦

क] 60◦ ते 70◦

ड] 75◦ ते 80◦

347] स्फोट टाळण्यासाठी कोणते धातूचे पाईप ॲसिटिलीन वायू पास करण्यासाठी वापरू नये?

अ] गॅल्वनाइज्ड लोह

ब] स्टेनलेस स्टील

क] सौम्य स्टील

ड] कूपर

348] ॲसिटिलीन वायूमध्ये कार्बनची टक्केवारी आहे...

अ] ९९%

ब] 923%

क] ८९१%

डी] ८५३%

349] ऍसिटिलीन वायूचा समावेश होतो

अ] कॅल्शियम, कार्बन आणि हायड्रोजन

ब] कॅल्शियम आणि हायड्रोजन

C] कॅल्शियम, कार्बन, हायड्रोजन आणि ऑक्सिजन

D] कार्बनआणिहायड्रोजन

250] एसिटिलीन प्युरिफायरमध्ये सल्फरेटेड आणि फॉस्फोरेटेड हायड्रोजन काढून टाकले जाते ...

अ] प्युमिस

ब] पाणी

क] फिल्टर लोकर

डी] शुद्धकरणारेरसायने

351] गॅस वेल्डिंगमधील फ्लक्सचे एक कार्य म्हणजे...

अ] धातूचेऑक्साईडविरघळतात

ब] मानसिक वितळण्याचे बिंदू कमी करा

C] ज्वालाचे तापमान वाढवा

ड] मुळांचा प्रवेश वाढवा

352] गॅस वेल्डिंगसाठी फ्लक्सची निवड खालीलपैकी कोणत्या घटकांवर अवलंबून असते?

अ] <u>सामीलहोण्यासाठीसामग्रीचाप्रकार</u>

ब] धार प्रवेशाचा प्रकार

C] इंधन वायूचा प्रकार

ड] ज्वालाचा प्रकार वापरला

353] 300 मिमी लांब कॉपर बट जॉइंट गॅस वेल्डिंगसाठी आवश्यक विचलन भत्ता...

अ] 1 ते 2 मि.मी

ब] 2 ते 3 मि.मी

क] <u>3 ते 4 मि.मी</u>

ड] 4 ते 5 मि.मी

354] 4 मिमी जाड कॉपर बट जॉइंट गॅस वेल्डिंगसाठी धार तयार करण्याचा प्रकार आहे ...

अ] सिंगल बेवेल

ब] <u>एकलव्ही</u>

क] दुहेरी व्ही

ड] चौरस

355] गॅस वेल्ड करण्यासाठी वापरल्या जाणाऱ्या नोजलचा आकार 315 मिमी जाड ॲल्युमिनियम बट जॉइंट आहे ...

अ] १३

ब] १०

क] ७

ड] <u>5</u>

356] ॲल्युमिनियमच्या गॅस वेल्डिंगसाठी प्रीहीटिंग तापमानाचे मूल्य काय आहे?

A] 100 ते 120◦C

ब] <u>150 ते 180◦C</u>

C] 180 ते 200◦C

ड] 210 ते 250◦C

357] पाईप टी जॉइंटचे लीक प्रूफ जॉइंट्स बनवण्यासाठी आणि पूर्ण करण्यासाठी वापरल्या जाणाऱ्या साधनाचे नाव सांगा

अ] <u>चर</u>

ब] सेटिंग हातोडा

क] क्रिझिंग हातोडा

ड] गोल तळाचा भाग

358] कास्ट आयर्न वेल्डिंगसाठी सिंगल वीच्या वी ग्रूव्हचा कोन परंतु संयुक्त ...

अ] 60◦

ब] 70◦

क] 80◦

ड] 90◦

359] शील्ड मेटल आर्क वेल्डिंगचे वर्गीकरण या प्रक्रिये अंतर्गत केले जाते ...

अ] इलेक्ट्रिक रेझिस्टन्स वेल्डिंग

ब] विशेष वेल्डिंग

C] इलेक्ट्रिकआर्कवेल्डिंग

ड] इलेक्ट्रो गॅस वेल्डिंग

360] इलेक्ट्रोड होल्डरचा आकार कसा सांगायचा?

अ] त्याच्या वजनाने

ब] त्याच्या आकारानुसार

C] त्याच्यावर्तमानवहनक्षमतेनुसार

ड] ते तयार करण्यासाठी वापरल्या जाणार्या धातूद्वारे

361] 315 मिमी मध्यम लेपित सौम्य स्टील इलेक्ट्रोडसाठी वर्तमान संच आहे...

A] 50 ते 80 amp

B] 90 ते 120 amp

C] 120 ते 150 amp

ड] 150 ते 170 amp

362] यामध्ये एक लांब चाप वापरला जातो...

अ] कमी हायड्रोजन इलेक्ट्रोडसह वेल्डिंग

ब] क्षैतिज स्थिती

C] प्लगकिंवास्लॉटवेल्डिंग

ड] कास्ट आयर्न वेल्डिंग

363] इलेक्ट्रोडचा प्रवास वेग जास्त असल्यास, टी फिलेट जॉइंटवर कोणत्या प्रकारचे वेल्ड दोष आढळतात?

अ] ओव्हरलॅप

ब] स्लॅग समावेश

C] जास्त मजबुतीकरण

ड] मुळांच्याप्रवेशाचाअभाव

364] आवरण/फायनल रनमध्ये इलेक्ट्रोडच्या अयोग्य विणकामामुळे लॅप फिलेट जॉइंटवर कोणता वेल्ड दोष आढळतो?

अ] तडा

ब] अंडरकट

क] संलयनाचा अभाव

D] प्लेटचीधारवितळली

365] ऑक्सी-आर्क कटिंग प्रक्रियेत खालीलपैकी कोणता वापरला जातो?

अ] फ्लक्स लेपित घन इलेक्ट्रोड

ब] बेअर वायर ट्यूबलर इलेक्ट्रोड

C] फ्लक्सलेपितट्यूबलरइलेक्ट्रोड

डी] बेअर टंगस्टन आर्क कटिंग इलेक्ट्रोड

366] कार्बन आर्क कटिंग उपकरणातील इलेक्ट्रोड होल्डर बनलेला असतो...

अ] साधे कार्बन स्टील

ब] गॅल्वनाइज्ड लोह

क] ॲल्युमिनियम

ड] तांबे

.

औद्योगिक प्रशिक्षण संस्था

मासिक चाचणी-1, गुण- 20, तारीखः- ______________

(प्रत्येक प्रश्नाला दोन गुण असतात)

०१] रक्तस्त्रावझाल्यासउपचारघ्या

अ] थंड पाण्याची फवारणी करा

ब] लगेच मलमपट्टी -----]

क] अपघात विचार उपचार बद्दल चौकशी

डी] थंड 3" आणि विश्रांती

०२] अपघातझाल्यासपीडितेनेआय.एम

अ] विश्रांती घेण्यास सांगितले

क] तात्काळ हजर झाले

डी] त्याला सोडा

०३] जखमीकिंवाआजारीव्यक्तीलाप्राथमिकउपचारदिलेजातात....

अ] जीव वाचवा

ब] मफचा पुढील बिघाड टाळा

क] शक्य तितका आराम द्या

ड] हे सर्व

04]कचरापेपरवेगळेकरण्यासाठीडब्यांचाकलरकोड ----- आहे.

अ] निळा रंग

ब] पिवळा रंग

क] लाल रंग

ड] हिरवा रंग

०५] जपानीभाषेतसेकोम्हणजे --------------

अ] चमकणे

ब] क्रमवारी लावा

क] प्रमाणीकरण

ड] टिकवणे

06] SS प्रणालीचाफायदा ------ आहे.

अ] उत्पादकतेत वाढ

ब] गुणवत्तेत वाढ

क] वेळेचा अपव्यय कमी करणे

ड] हे सर्व

०७] सुरक्षाम्हणजे -----------

अ] कोणाचाही व्यवसाय नाही

ब] प्रत्येक शरीराचा व्यवसाय

क] काही शरीर व्यवसाय

ड] संस्थेचा व्यवसाय

08]मूलभूतश्रेणींसाठीसुरक्षाचिन्हेउपलब्धआहेत "निषेध" चिन्हाचाअर्थ ----

अ] दाखवते की ते केले जाऊ नये

ब] काय केले पाहिजे ते दाखवते

क] धोक्याची किंवा धोक्याची चेतावणी देते

ड] सुरक्षा तरतुदीची माहिती देते

09]वर्कशॉपसुरक्षाकोणतीआहे?

अ] दुकानातील मजला स्वच्छ आणि ग्रीस, तेल किंवा इतर निसरड्या पदार्थांपासून मुक्त ठेवा

ब] वेग बदलण्यापूर्वी मशीन थांबवा

C] फटाके किंवा चिरलेली साधने वापरू नका

ड] धावणारे मशीन हाताने थांबवण्याचा प्रयत्न करू नका

10]पर्सनलप्रोटेक्टइक्विपमेंट (PPE]मध्येहेल्मेटवापरलेजाते

अ] डोके संरक्षित करा

ब] डोळ्यांचे रक्षण करा

क] हातांचे संरक्षण करा

ड] कानांचे रक्षण करा

औद्योगिक प्रशिक्षण संस्था

मासिक चाचणी-2, गुण- 20, तारीख:- ______________

(प्रत्येक प्रश्नाला दोन गुण असतात)

1- 17]सामान्यआगविझवण्यासाठीकोणत्याप्रकारचेअग्निशामकयंत्रवापरलेजाते?

अ] पाण्याचे प्रकार विझविण्याचे यंत्र

ब] फोम प्रकार एक्टिंग्विशर

क] कोरडी रासायनिक पावडर एक्टिंग्विशर

D] कार्बन डायऑक्साइड (C02] एक्टिंग्विशर

2-18]एकमायक्रोमीटर (U]समानआहे...

अ] 0.1 मि.मी

ब] ०.०१ मिमी

C] 0.001 मिमी

ड] 0.0001 मिमी

3-19]पाईपटीजॉइंटचेलीकप्रूफसांधेतयारकरण्यासाठीआणि पूर्णकरण्यासाठीवापरल्याजाणार्‍यासाधनाचेनावसांगा

अ] चर

ब] सेटिंग हातोडा

क] क्रिझिंग हातोडा

ड] गोल तळाचा भाग

4-20]हँडलफिक्सकरण्यासाठीवापरल्याजाणार्‍याहातोड्याचाभाग...

चेहरा

ब] पेन

क] गाल

ड] डोळा छिद्र

5-21]चिन्हांकितकरण्याच्याहेतूसाठीहातोड्याचेवजनआहे ...

अ] 250 ग्रॅम

ब] 500 ग्रॅम

क] १ किग्रॅ

ड] 2 किग्रॅ

6-22]लहानछिद्रकापण्यासाठीकोणतेपंचआणिडाईप्रकारचेमशीनवापरलेजाते?

अ] कातरणे प्रकार निबलर

ब] पंच प्रकार निबलर

क] गोलाकार कटिंग मशीन

ड] गिलोटिन कातरण्याचे यंत्र

7-23]स्क्राइबरबनलेलेआहेत ...

अ] सौम्य पोलाद

ब] उच्च कार्बन स्टील

क] पितळ

ड] कास्ट लोह

8-24]अभियंत्याच्यावाइसचाआकारद्वारेनिर्दिष्टकेलाजातो ...

अ] जंगम जबड्याची लांबी

ब] जबड्याची रुंदी

क] दुर्गुणाची उंची

ड] जबडा जास्तीत जास्त उघडणे

9-25]सुतारवाइसमध्येवापरल्याजाणाऱ्याधाग्याचेस्वरूपआहे...

अ] चौकोन

ब] एक्मे धागा

क] सावटूथ धागा

ड] पोर धागा

10-26]फाइल्सचीउत्तलतामदतकरते...

अ] अवतल पृष्ठभाग फाइल करण्यासाठी

ब] बहिर्वक्र पृष्ठभाग फाइल करण्यासाठी

क] कामाच्या कडा गोलाकार टाळण्यासाठी

D] दाब लागू झाल्यावर सरळ होणारी फाईल

औद्योगिक प्रशिक्षण संस्था

मासिक चाचणी-३, गुण- २०, तारीखः- ______________

(प्रत्येक प्रश्नाला दोन गुण असतात)

1-33] 'V' ब्लॉकबनवण्यासाठीकास्टआयर्नवापरण्याचेकारण

अ] ब्लॉकचे वजन वाढवण्यासाठी

ब] खर्च कमी करण्यासाठी

C] घर्षण कमी करण्यासाठी

ड] एक चांगला देखावा मिळविण्यासाठी

2-34]पातळनळ्याकापण्यासाठी, हॅकसॉब्लेडचीसर्वातयोग्यपिचआहे...

अ] 1.8 मिमी

ब] 1.4 मिमी

क] 1 मि.मी

ड] 0.8 मि.मी

3-35]ठोसपितळकापण्यासाठी, हॅकसॉब्लेडचीसर्वातयोग्यपिचआहे...

अ] 1.8 मिमी

ब] 1.4 मिमी

क] 1 मि.मी

ड] 0.8 मि.मी

4-36]काहीस्ट्रोकनंतरएकनवीनहॅकसॉब्लेडसैलहोतोकारण ...

अ] ब्लेडचे ताणणे

ब] विंग-नट धागे जीर्ण होत आहेत

क] ब्लेडची चुकीची खेळपट्टी

ड] करवतीच्या संचाची अयोग्य निवड.

5-37]लहानव्यासाचेपाईप्सकापताना, नियमितपणेपाहणेआणियाचीखात्रीकरणेउचितआहे ...

अ] कट वक्र रेषेच्या बाजूने आहे

ब] अधिक करवतीचे दात आकुंचन पावले आहेत

क] काम जास्त तापलेले नाही

ड] हॅकसॉचे योग्य संतुलन राखले जाते

6-38]ड्रिलअसत्यचालल्यास, तेहोईल

अ] खूप गरम होणे

ब] लहान आकारात कट करा

क] स्पिंडल विकृत करणे

डी] मोठ्या आकाराचे छिद्र कापून टाका

7-39]ड्रिलखूपवेगानेचालवल्यानेअनेकपरिणामहोतात

अ] कटिंग एज खराब करणे

ब] खराब पृष्ठभाग समाप्त

क] टांग फिरवणे

ड] अंडाकृती छिद्र पाडणे

8-40]जीर्णजमीनइच्छाएकधान्यपेरण्याचेयंत्र

अ] ड्रिल होल ओव्हरसाईज

ब] ड्रिल होल कमी आकाराचे

क] केंद्राबाहेर धावणे

D] अचूक भोक ड्रिल करा

9-41]लेथवरवापरल्याजाणाऱ्याड्रिल्सवरदिलेलामोर्सटेपरदरम्यानच्याश्रेणींमध्येअसतो

अ] MT1 ते MT5

ब] MT1 ते MT4

C] MT0 ते MT5

D] MT0 ते MT4

10-42]छोट्याड्रिललाकामातखूपवेगानेखायलादिल्यासपरिणामहोऊशकतो

अ] कवायती तोडणे

ब] ड्रिल वाकणे

क] अंडाकृती आकाराचे छिद्र कापणे

ड] उत्पादन वाढले

औद्योगिक प्रशिक्षण संस्था

मासिक चाचणी-4, गुण- 20, तारीख:- ______________

(प्रत्येक प्रश्नाला दोन गुण असतात)

1-50]ड्रिलचाबिंदूकोनयावरअवलंबूनअसतो...

अ] ड्रिलचा आकार

ब] यंत्राचा प्रकार

क] कामाचेसाहित्य

D] ड्रिलचा RPM

2-51]मानकड्रिलसाठीबिंदूकोनआहे...

अ] 60◦

ब] 108◦

क] 118◦

ड] 135◦

3-52]हेलिकलकोनठरवतो...

अ] कटिंग अँगल

ब] कोन चघळणे

क] रेककोन

ड] ओठांचा कोन

4-53]ड्रिलचाक्लिअरन्सकोनदरम्यानआहे...

अ] 3◦ ते 5◦

ब] 8◦ ते 12◦

क] 12◦ ते 20◦

ड] 15◦ ते 20◦

5-54]कटिंगएजच्यामागेदिलेल्याआरामकोनालाम्हणतात..

अ] बिंदू कोन

ब] छिन्नी धार कोन

क] हेलिक्स कोन

ड] क्लिअरन्सकोन

6-55]संख्याड्रिलमालिकेच्यासंचामध्येखालीलश्रेणीतीलड्रिल्सअसतात] योग्यश्रेणीदर्शवा

अ] 1 ते 40

ब] 1 ते 50

क] 1 ते 80

ड] 1 ते 100

7-56]संख्याड्रिलमालिकेत, सर्वातलहानड्रिलआकारआहे...

अ] 0.1 मिमी

ब] 0.35 मिमी

क] 0.5 मिमी

ड] 0.52 मिमी

8-57]संख्याड्रिलमालिकेत, सर्वातमोठाड्रिलआकारआहे...

अ] 102 मिमी

ब] 5.791 मिमी

क] 5.613 मिमी

ड] 5.410 मिमी

9-58]लेटरड्रिलसिरीजमध्येड्रिल 'A' चा आकार...

अ] 13 मिमी

ब] 6.08 मिमी

क] 6.045 मिमी

ड] 5.944 मिमी

10-59]लेटरड्रिलसीरिजमध्ये, सर्वातमोठ्याड्रिलचाआकार ...

अ] 10.33 मिमी

ब] 10.490 मिमी

क] 12.01 मिमी

ड] 15.00 मिमी

औद्योगिक प्रशिक्षण संस्था

मासिक चाचणी-5, गुण- 20, तारीख:- ______________

(प्रत्येक प्रश्नाला दोन गुण असतात)

1-66]लेथकामासाठीखालीलपैकीकोणताटॅपसर्वातयोग्यआहे?

अ] सर्पिल टॅप

ब] मशीन टॅप

क] हाताचा नळ

ड] डाव्या हाताचा नळ

2-67]एकमरणे a सहचालूआहे

अ] डाय रेंच

ब] डायस्टॉक

क] डाय प्लेट

ड] डाय हँडल

3-68]एकटम्बलरगियरयुनिटआहे

अ] एकच गियर

ब] दोन गीअर्स

सी] तीन गीअर्स

ड] चार गीअर्स

4-69]घनसाधनाचीकटिंगधारबनलेलीअसते

अ] कार्बन स्टील

ब] सौम्य पोलाद

C] सुपर हाय स्पीड स्टील

ड] स्टिलाइट

5-70]सिमेंटकार्बाइडथ्रेडिंगटूलचीटीपआहे

अ] brazed

ब] वेल्डेड

क] सोल्डर केलेले

ड] टांग्याला चिकटवले

6-71]टूलकामाच्यापृष्ठभागावरघासेलआणिकटिंगफोर्सवाढेलतेव्हा..

अ] क्लिअरन्स कोन अधिक आहे

ब] मंजूरी परी कमी आहे

क] रेक कोन अधिक आहे

ड] रेकचा कोन कमी आहे

7-72]कापतानाचिपचीनिर्मितीयावरआधारितअसते...

अ] उपकरणाचा रेक कोन

B] साधनाचा क्लिअरन्स कोन

क] उपकरणाचा पाचर कोन

D] साधनाचा क्लिअरन्स आणि वेज अँगल

8-73]ड्रिलिंगमशीनमध्येसौम्यस्टीलड्रिलकरण्यासाठीयोग्यकटिंगफ्लुइडआहे...

अ] सिंथेटिक विद्रव्य तेल

ब] स्वच्छ तेल

क] डिस्टिल्ड वॉटर

ड] विद्राव्य तेल

9-74]सेंटरड्रिलिंगहेऑपरेशनआहे...

अ] ड्रिलिंग आणि काउंटरसिंकिंग

ब] ड्रिलिंग आणि काउंटर बोरिंग

क] ड्रिलिंग करण्यापूर्वी केंद्र स्थान चिन्हांकित करणे

ड] छिद्राचा व्यास मोठा करणे

10-75]शाफ्टचेटोकमध्यभागीड्रिलकेलेजातात...

अ] केंद्रांमध्ये सहाय्यक नोकऱ्या

ब] मृत केंद्र वंगण घालणे

क] वजन कमी करणे

ड] काउंटर कंटाळवाणा मदत करणे

औद्योगिक प्रशिक्षण संस्था

मासिक चाचणी-6, गुण- 20, तारीख:- _______________

(प्रत्येक प्रश्नाला दोन गुण असतात)

1-80]सॉकेटस्क्रूहेडसामावूनघेण्यासाठीछिद्राचाशेवटमोठाकरण्याचीप्रक्रियाआहे...

अ] रीमिंग

ब] स्पॉट फेसिंग

क] काउंटर कंटाळवाणे

ड] काउंटर बुडणे

2-81]दिलेलेव्यासकंटाळवाणेकरण्यासाठीकंटाळवाणेसाधननिवडताना, निवडा

अ] एक लांब साधन

ब] एक लहान साधन

क] एक लांब आणि कडक साधन

ड] एक लहान आणि कडक साधन

3-82]कंटाळवाणासाधनाचीकटिंगधारएकालहानछिद्रासाठीसेटकेलीपाहिजेजेणेकरूनते

अ] केंद्रापासून ०.५ मि.मी

ब] केंद्राच्या खाली 0.5 मि.मी

क] मध्यभागी 1 मि.मी

ड] अचूक मध्यभागी

4-83]कंटाळलेल्याछिद्रांचावापरकरूनचामफेरकरणेआवश्यकआहे

अ] एक ड्रिल

ब] त्रिकोणी स्क्रॅपर

क] विक्षिप्त कंटाळवाणे साधन

ड] एक फ्लॅट फाइल

5-84]खोलछिद्रपाडण्यासाठीवापरलेजाणारेसाधनम्हणजे a

अ] लेथ मॅन्डरेल

ब] बाही

क] कवायत

ड] औगर बिट

6-85]उग्रकंटाळवाणासाठीकटिंगगतीआहे

अ] उग्र वळण सारखे

ब] ड्रिलिंग सारखेच

क] knurling समान

ड] धागा कापण्यासारखेच

7-86]रीमरयासाठीवापरलाजातो...

अ] पातळ पत्र्यांमध्ये छिद्र पाडणे

ब] खोल छिद्र पाडणे

क] burrs काढणे

ड] छिद्र वाढवणे आणि पूर्ण करणे

8-87]रिमरचेदातअसमानअंतरावरअसतातकारण...

अ] ते तयार करणे सोपे आहे

ब] ते बडबड कमी करू शकतात

क] ते हळूहळू धातू कापण्यास मदत करतात

ड] ते रेमर सहज काढण्यास मदत करतात

9-88]खालीलपैकीकोणतीरीमरचीक्षमतानाही?

अ] लहान छिद्रे पूर्ण करणे

ब] कोणतेही मशीन केलेले प्रोफाइल पूर्ण करणे

C] जवळच्या मर्यादेपर्यंत अचूकता

ड] उच्च दर्जाचे पृष्ठभाग समाप्त उत्पादन

10-89]कोणत्याहीकटिंगफ्लुइडचीसर्वातमहत्वाचीगुणवत्ताआहे

अ] इमल्सिफिकेशन

ब] विशिष्ट उष्णता

क] विशिष्ट गुरुत्व

ड] स्निग्धता

औद्योगिक प्रशिक्षण संस्था

मासिक चाचणी-7, गुण- 20, तारीख:- ______________

(प्रत्येक प्रश्नाला दोन गुण असतात)

1-95]कटचीखोलीद्वारेदिलीजाते

अ] वरची स्लाइड

ब] क्रॉस-स्लाईड

क] कंपाऊंड स्लाइड

ड] साधन समायोजित करणे

2-96]लेथचकलावण्यासाठी

अ] हाताने सुरू करा आणि नंतर पॉवर चालू करा

ब] शक्तीने ते माउंट करा

क] हाताने माउंट करा

ड] हातोड्याच्या साहाय्याने तो बसवा

3-97]लेथवरवापरल्याजाणाऱ्याड्रिल्सवरदिलेलामोर्सटेपरदरम्यानच्याश्रेणींमध्येअसतो

अ] MT1 ते MT5

ब] MT1 ते MT4

C] MT0 ते MT5

D] MT0 ते MT4

4-98]छोट्याड्रिललाकामातखूपवेगानेखायलादिल्यासपरिणामहोऊशकतो

अ] कवायती तोडणे

ब] ड्रिल वाकणे

क] अंडाकृती आकाराचे छिद्र कापणे

ड] उत्पादन वाढले

5-99]ट्विस्टड्रिलमध्येबासरीचीसंख्या -------- असते.

अ] १

ब] २

क] ३

ड] ४

6-100]वीजउपलब्धनसलेल्याठिकाणीछिद्रपाडण्यासाठी खालीलपैकीकोणतेड्रिलिंगमशीनवापरलेजाते?

अ] बेंच ड्रिलिंग मशीन

ब] पिलर ड्रिलिंग मशीन

क] ड्रिलिंग मशीन पुन्हा डायल करा

ड] रॅचेट ड्रिलिंग मशीन

7-101]खालीलपैकीकोणतेड्रिलिंगमशीनहेवीड्युटीकामासाठीवापरलेजाते?

अ] बेंच ड्रिलिंग मशीन

ब] पिलर ड्रिलिंग मशीन

क] रेडियल ड्रिलिंग मशीन

ड] इलेक्ट्रिक हँड ड्रिलिंग मशीन

8-102]लेथमध्येसौम्यस्टीलड्रिलकरण्यासाठीयोग्यकटिंगफ्लुइडआहे

अ] कृत्रिम विद्रव्य तेल

ब] व्यवस्थित कटिंग तेल

C] डिस्टिल्ड वॉटर

डी] विरघळणारे तेल + पाणी

9-103]अचूकग्राइंडिंगसाठीयोग्यकटिंगफ्लुइडआहे

अ] विद्राव्य तेल

ब] सिंथेटिक विद्रव्य तेल

क] स्वच्छ तेल

डी] सर्वो कट'

10-104]ग्राइंडिंगऑपरेशनदरम्यानकटिंगफ्लुइडवापरण्याचाफायदा ------ आहे

अ] 5000 पृष्ठभाग समाप्त

ब] कटिंग फोर्समध्ये घट

क] कामाचा तुकडा कडक होणे कमी करणे

ड] हे सर्व]

औद्योगिक प्रशिक्षण संस्था

मासिक चाचणी-8, गुण- 20, तारीख:- ______________

(प्रत्येक प्रश्नाला दोन गुण असतात)

1-110] फेस प्लेटसह कोणती योग्य कोन प्लेट वापरली जाते

(अ] घन प्रकार

(ब] बॉक्स प्रकार

(C] समायोज्य प्रकार

(डी] त्यापैकी एकही नाही

2-111] फेस प्लेट यापासून बनविली जाते.....]

(अ] सौम्य पोलाद

(ब] कास्ट आयर्न

(क] पितळ

(डी] ॲल्युमिनियम

3-112] विषम असमान जॉब वळणासाठी खालील कोणते सामान वापरले जाते?

(अ.) तीन जबडा चक

(आ.) दोन जबडा चक

(क] ड्रायव्हिंग प्लेट

(डी] फेस प्लेट

4-113]एकअनियमितआकाराचावर्कपीसलेथवरचालूकेलाजातो] खालीलपैकीकोणतेवर्कहोल्डिंगऍक्सेसरीजवापरलेजाते?

अ] दोन जबडा चक

ब] तीन जबडा चक

क] ड्रायव्हिंग प्लेट

ड] फेस प्लेट

5-114]स्थिरविश्रांतीचेपॅडबनलेलेअसतात

अ] कार्बन स्टील

ब] आघाडी

क] सौम्य स्टील

ड] पितळ

6- 115]एकस्थिरविश्रांतीवापरलीजाते

अ] नोकरी धरण्यासाठी

ब] फेस प्लेट कामासाठी

क] नोकरी चालवणे

ड] नोकरीला पाठिंबा देण्यासाठी

7-116]वरएकअनुयायीस्थिरआहे

अ] लेथ बेड

ब] लेथ कॅरेज

क] लेथ स्पिंडल

ड] टेलस्टॉक

8-117] लांब कामाचे तुकडे फिरवताना, खालील गोष्टी वापरल्या जातात

एक बाही

बी गियर बदला

सी स्थिर विश्रांती

डी कंस]

9-118] Knurling ऑपरेशनयेथेकेलेजाते

अ] टर्निंग स्पिंडल वेग

ब] उच्च स्पिंडल गती

C] टर्निंग स्पिंडल गतीचा 1/3

D] टर्निंग स्पिंडल गतीचा 1/2

10-119] Knurling चेऑपरेशनआहे

अ] कातरणे

ब] निर्मिती

क] वळणे

ड] दाबणे

औद्योगिक प्रशिक्षण संस्था

मासिक चाचणी-9, गुण- 20, तारीखः- ______________

(प्रत्येक प्रश्नाला दोन गुण असतात)

1-125] BIS]प्रणालीतीलमूलभूतविचलनांचीसंख्याआहे

अ] २०

ब] 22

क] २५

ड] २८

2-126] BIS]प्रणालीमध्येसहनशीलतेच्याश्रेणीचीसंख्याआहे

अ] १२

ब] 16

क] १८

ड] २०

3-127]ज्याआकाराच्याआधारावरमितीयविचलनदिलेजातातत्यालाम्हणतात...

अ] वास्तविक आकार

ब] मूळ आकार

क] आकाराची किमान मर्यादा

ड] आकाराची कमाल मर्यादा

4-128] अदलाबदल क्षमता गुणधर्म प्रदान करण्यासाठी ..... द्वारे तयार केलेल्या भागांचा आकार] (अ] मापन प्रणाली

(ब] चाचणी आणि त्रुटी प्रणाली

(C] मर्यादा आणि सहिष्णुता प्रणाली

(डी] त्यापैकी एकही नाही

5-129] तुमचे जॉब टॅपर मोजले तर ते बरोबर आहे

उच्च मर्यादेच्या वर अ

B उच्च आणि खालच्या मर्यादेमध्ये

सी खालच्या मर्यादेच्या खाली]

6- 130]मूलभूतपरिमाणाच्याएकाबाजूलासहिष्णुतादिलीजातेतेव्हात्याला -------- म्हणतात.

अ].सहिष्णुता प्रणाली

ब] एकतर्फी सहिष्णुता

क] द्विपक्षीय सहिष्णुता

ड] भत्ता प्रणाली

7-131]एकपरिमाणअसेसांगितलेआहे (चित्रात 025 H7]खालचीमर्यादा ----------- आहे

अ] 24.75 मिमी

ब] 24.85 मिमी

क] 25.00 मिमी

ड] 25-021 मिमी

8-132]घटकाच्यापरिमाणांचेमोजलेलेआकार--------- म्हणतात.

अ] मूळ आकार

ब] नाममात्र आकार

क] अनुमत आकार

ड] वास्तविक आकार

9-133]रेखांकनामध्येशाफ्टचीपरिमाणे 40i 0068/0042 दर्शविलीआहे, सहिष्णुतेमध्येशाफ्टचाआकारकितीआहे?

अ] 4.0.64 मिमी

ब] 40.042 मिमी

C] 40.000 मिमी

ड] 39.998 मिमी

10-134]इनहोलमूलभूतप्रणाली ----------

अ] शाफ्टचा आकार स्थिर केला जातो

ब] छिद्राचा आकार स्थिर केला जातो

क] छिद्रावर फक्त 'भत्ता दिला जातो

औद्योगिक प्रशिक्षण संस्था

मासिक चाचणी-10, गुण- 20, तारीख:- ______________

(प्रत्येक प्रश्नाला दोन गुण असतात)

1-142]उत्पादनालागुणवत्ताअसतेअसेम्हणतातजेव्हा ....]

अ] त्याचा आकार आणि परिमाणे मर्यादेत आहेत

ब] ते वापरण्यास योग्य आहे

क] ते खूप चांगले असल्याचे दिसून येते

ड] साहित्याची निवड योग्य आहे

2-143] hole'30 +0.021, 0.000 आणिशाफ्ट 30 -0.110, 0.143 मधीलकमालक्लिअरन्सआवश्यकआहे.

अ] 0.110 मिमी'

B] ०.१३१ मिमी

C] 0.164 मिमी

ड] 0.143 मिमी

3-144]रेखांकनामध्ये 25.1002 मिमीअसेपरिमाणसांगितलेआहे] सहिष्णुताकायआहे?

अ] +०.०२ मिमी'

ब] +0.04 मिमी

C] -0.02 मिमी

ड] 25.00 मिमी

4-145]एकपिनएकाछिद्रातबसविलीजाते] पिनचासहनशीलताक्षेत्रछिद्रापेक्षासंपूर्णपणेवरअसतो] प्राप्तकेलेलीफिटकितीअसेल?

अ] क्लिअरन्स फिट

ब] संक्रमण फिट

क] हस्तक्षेप फिट

ड] धावणे फिट

5-146]अदलाबदलक्षमतासामान्यतःलागूकेलीजाते? _

अ] भागांची दुरुस्ती

ब] मोठ्या प्रमाणावर उत्पादन

क] सिंगल पीस उत्पादन

ड] हे सर्व

6- 147]भागआकारासहिष्णुतादिलीजाते ....]

अ] आवश्यक अनुज्ञेय आकाराच्या त्रुटीमध्ये भागाचे उत्पादन करा

ब] उत्पादन वाढवा

क] उत्पादन कमी करा

ड] घटक अंदाजे पूर्ण करा

7-148]खालीलपैकीकोणतेक्लीयरन्ससंपूर्णमूलभूतप्रणालीअंतर्गतयोग्यआहे?

A] 20 H7/p6'

ब] 2067/211

C] ZOG/gll]

D] 20H/g11]

8-149] BIS प्रणालीनुसारफिटचेतीनवर्गआहेत ....] ~]

अ] क्लिअरन्स फिट, इंटरफेरन्स फिट आणि ट्रांझिशन फिट

ब] मध्यम फिट, पुश फिट आणि घट्ट फिट

क] फ्लॅट फिट, राउंड फिट आणि स्क्वेअर फिट

ड] 'स्लाइडिंग फिट', लूज फिट आणि संकोचन फिट

9-150]खालीलपैकीकोणतेसहिष्णुताविनिर्देश मिमीपेक्षाकमालआकारविरहितआहेत? **20**

अ] २० +०.२,-०.३

ब] 20 320.2

क] 20 -0.2, 0.3 ई

D]m 20 +500, ~03

10-151]कमालआणिकिमानमर्यादेतीलफरक -~-~~~~~-~~~~~'

अ] एकच माहिती देणारा

ब] मूळ शाफ्ट

क] मंजुरी

ड] सहिष्णुता

औद्योगिक प्रशिक्षण संस्था

मासिक चाचणी-11, गुण- 20, तारीख:- ______________

(प्रत्येक प्रश्नाला दोन गुण असतात)

1-160] वळलेल्या टेपर्सची लांबी तपासली जाते

एक व्हर्नियर कॅलिपर

बी मायक्रोमीटर

कॅलपरच्या आत सी

डी डायल चाचणी निर्देशक]

2-161] कॉम] पाउंड स्लाइड वापरून टेपर टर्निंगचे तोटे आहेत

अ] फक्त लांब टेपर फिरवता येतात

ब] फक्त खूप मोठे टेपर वळवले जाऊ शकतात

C] फीडमध्ये फक्त मॅन्युअल शक्य आहे

D] कंपाऊंड स्लाइडच्या निर्बंधांमुळे फक्त लहान टेपर्स चालू करता येतात]

3-162] बाह्य टेपर्ससह तपासले जातात

अ] मर्यादा प्लग गेज

ब] टेपर रिंग गेज

C] टेपर प्लग गेज

ड] थ्रेड प्लग गेज]

4-163]लेथचालूकेलेल्याटेपरचावापरम्हणजे ----

A] एकत्र केलेल्या भागांमध्ये ड्राइव्ह प्रसारित करण्यास मदत करा

ब] भाग एकत्र करण्यासाठी आणि वेगळे करण्यासाठी वापरले जाते

क] एकत्र केलेल्या भागांमध्ये स्वत: चे संरेखन द्या

5-164]लहानलांबीच्याटेपरच्याउत्पादनाच्यामोठ्याप्रमाणात उत्पादनासाठीकोणत्यापद्धतीचावापरकेलाजातो?

अ] फॉर्म टूल

ब] कंपाऊंड स्लाइड

क] टेलस्टॉक ऑफसेट.

ड] टेपर टर्निंग संलग्नक

6- 165]मोर्सस्टँडर्डटेपरहेआंतरराष्ट्रीयस्तरावरस्वीकृतमानक टेपरपैकीएकआहे, जे --------- वरूनउपलब्धआहे.

अ]१ ते ७

ब]१ ते ८

क] ओ ते 7

ड] 0 ते 8

7-166]स्टीपटेपरकापण्यासाठीकोणतीटेपरटर्निंगपद्धतवापरलीजाते?

अ] सेट ओव्हर पद्धत

ब] टेपर टर्निंग संलग्नक

क] फॉर्म टूल

ड] कंपाऊंड विश्रांती फिरवणे

8-167]मोर्सटेपरखालीलपैकीकोणत्यामशीनच्याघटकांमध्येवापरलाजातो -...

अ] लेथचे स्पिंडल्स

ब] ड्रिल मशीनचे स्पिंडल्स

क] रीमरच्या शेंड्या

ड] हे सर्व

9-168]टेपरच्यामोठ्याप्रमाणातउत्पादनासाठीखालीलपैकीकोणतीपद्धतवापरलीजाते.......]

अ] टेलस्टॉक ऑफसेट पद्धत

ब] टेपर टर्निंग संलग्नक पद्धत

क] फॉर्म खूप पद्धत

ड] कंपाऊंड स्लाइड पद्धत

10-169]टेपरचाप्रमुखव्यास 40 मिमीआहे, किरकोळव्यास 30 मिमीआहे] कामाचीएकूणलांबी 100 मिमीआहेटेपरकेलीजातेत्यानंतरऑफसेटद्वारेदिलेजाते -

अ] 5 मि.मी

ब] 7.5 मिमी

क] 12 मिमी

ड] 9 मि.मी

मासिक चाचणी-12, गुण- 20, तारीख:- _______________

(प्रत्येक प्रश्नाला दोन गुण असतात)

1-190]लेआउटचिन्हांकितकरण्यासाठीकोणतेसाधनवापरलेजाते?

अ] मायक्रोमीटर

ब] व्हर्नियर

क] डेप्थ गेज

ड] व्हर्नियर उंची मापक

2-191]व्हर्नियरउंचीगेजसहचिन्हांकितकरताना, कामाचातुकडासामान्यतः ---------- असतो.

अ] कोन प्लेटद्वारे समर्थित

ब] दुसर्या कामाच्या तुकड्याने समर्थित

क] एका हाताने धरलेला

ड] समर्थनाशिवाय आयोजित

3-192]खालीलपैकीकोणताभागसंयोजनसंचाचानाही?

अ] साठा

ब] चौकोनी डोके

क] संरक्षक डोके

ड] केंद्र प्रमुख

4-193]एक BSW थ्रेडिंगटूलसमाविष्टकेलेल्याकोनासहग्राउंडकरणेआवश्यकआहे

अ] ५५०

ब] ६००

क] ४७.५०

ड] २९०

5-194]मेट्रिक 'V' थ्रेडटूलचीनाकत्रिज्याआहे

अ] ०.१४४ x पी

ब] ०.२५ x पी

क] ०.४१४ x पी

ड] ०.०१४४ x पी

6-195]खडबडीतखेळपट्ट्यांचेमेट्रिकबाह्यधागेकापताना, कंपाऊंड विश्रांतीलाफिरवण्याचासल्लादिलाजातो

अ] ४५०

ब] ३००

क] 60०

D.90०

7-196] BIS चीखोली] मेट्रिकथ्रेडआहे

अ] ०.६४०३ x पी

ब] ०.६ x पी

क] ०.६१३४ x पी

ड] ०.५ x पी

8-197]थ्रेडिंगटूल्सचावापरकरून 60◦ कोनासाठीअचूकतातपासलीजाते.

अ] थ्रेड प्लग गेज

ब] कैंद्र गेज

क] स्क्रू पिच गेज

ड] साधन कोन गेज

9-198]प्रतिइंचथ्रेड्सचीसंख्या a सहतपासलीजाऊशकते

अ] टूल गेज

ब] मोजणी करून मेट्रिक नियम

क] रिंग गेज

ड] स्क्रू पिच गेज

10-199]थ्रेडिंगकरताना, कॅरेजमार्गानेहलविलीजाते

अ] ट्रॅकवर एक गियर ट्रेन

ब] फीड रॉड स्प्लाइन किंवा की-वे

सी] लीड स्क्रू थ्रेड

ड] हाताचे चाक

www.ingramcontent.com/pod-product-compliance
Ingram Content Group UK Ltd.
Pitfield, Milton Keynes, MK11 3LW, UK
UKHW021917190726
13853UKWH00002B/721

9 798887 337302